முகிலை இராசபாண்டியன்

கன்னியாகுமரி மாவட்டத்தின் முகிலன் குடியிருப்பில் பிறந்த இவர் மதுரை, சென்னை, அண்ணாமலைப் பல்கலைக்கழகங்களில் கல்வி கற்றுள்ளார்.

சென்னை, தரமணியில் உள்ள தமிழ் இணையப் பல்கலைக்கழகத்தில் மூன்று ஆண்டுகள் உதவி இயக்குநராகவும் செம்மொழித் தமிழாய்வு மத்திய நிறுவனத்தின் பதிவாளராகவும் பணியாற்றியுள்ள இவர், சென்னை மாநிலக் கல்லூரியில் பதினைந்து ஆண்டுகள் தமிழ்ப் பேராசிரியராகப் பணியாற்றியுள்ளார்.

ஐந்து நாவல்கள், ஐந்து சிறுகதைத் தொகுப்புகள், மூன்று நாடகங்கள், நான்கு கவிதைத் தொகுப்புகள் உட்பட தொண்ணூறு நூல்கள் படைத்துள்ளார்.

மனோன்மணியம் சுந்தரனார் பல்கலைக்கழகத்தின் பாரதியார், பாரதிதாசன் அறக்கட்டளைப் பரிசுகளையும் கோவை கஸ்தூரி சீனிவாசன் அறநிலையத்தின் நாவல் பரிசினையும் பாரத ஸ்டேட் வங்கியின் நாடகப் பரிசினையும் தமிழ்நாடு கலை இலக்கியப் பெரு மன்றத்தின் சிறந்த சிறுகதை நூல் பரிசினையும் வேறு பல விருதுகளையும் பெற்றுள்ளார்.

நரி விருத்தம்

திருத்தக்க தேவர்

தெளிவுரை

முகிலை இராசபாண்டியன்

புள்ளினங்கள்
வெளியீடு

An Imprint page of Pen Bird Publications

+91 8220063246 | penbirdpublications@gmail.com | www.penbird.in

நரி விருத்தம்
முகிலை இராசபாண்டியன்©
Nari Viruththam
Muhilai Rajapandiyan©

முதல் பதிப்பு - பிப்ரவரி 2024
PB #15 - இலக்கியம்
வடிவமைப்பு - நா.கௌசிகன்

ISBN: 978-81-969269-2-2
Rs. 150

இந்நூலின் எந்தவொரு பகுதியையும் ஆசிரியர் மற்றும் பதிப்பாளரின் எழுத்து பூர்வ அனுமதியின்றி அச்சு மற்றும் மின்னணு வழியே நகல் எடுப்பது, ஒலிப்பதிவு செய்து வெளியிடுவது, துண்டுப் பிரசுரமாக அச்சிட்டு வெளியிடுவது போன்ற செயல்கள் பதிப்புரிமைச் சட்டத்தின்படி தடை செய்யப்பட்டுள்ளது.

பொருளடக்கம்

அணிந்துரை	7
என்னுரை	11
திருத்தக்க தேவர்	16
நரி விருத்தம்	18
01. பேராசை கொண்ட நரி	21
02. படையைக் கண்ட நரி	24
03. சுகுமாரன் கதை	26
04. பொன் மயில் கதை	28
05. பிட்டு வணிகன் கதை	30
06. நாகதத்தன் கதை	32
07. அரிவரன் கதை	33
08. துரியோதனன் கதை	34
09. காகுத்தன் கதை	36
10. தனதேவனும் சிவதேவனும்	38
11. பத்திர மித்திரனும் சத்திய கோடனும்	40
12. உழவனின் கதை	44
13. பாம்பாய்ப் பிறந்த கருமி	47
14. உறித் துறவியார் கதை	49
15. தாடிக்காரன் கதை	51
16. அரவிந்தன் கதை	53
17. சத்தியபாமை கதை	56
18. அக்னிலா என்னும் இயக்கி கதை	59
19. சந்தனையார் கதை	62
20. விசித்திரமதி கதை	64
21. யசோதரன் கதை	66
22. சகரன் கதை	67
23. நரி விருத்தம் - உரை	69

அணிந்துரை

அ.பு.அறவாழி
தலைவர்
தமிழ்நாடு சமணப் பேரவை
வந்தவாசி.

சீவக சிந்தாமணி என்னும் ஒன்பான் சுவைகள் நிறைந்த தமிழ்க்காப்பியத்திற்கு முன்னோடியாக, தம் ஆசிரியரின் வழிகாட்டுதலுக்கு இணங்க, நரி விருத்தம் பாடினார் திருத்தக்க தேவர் என்னும் ஒரு கருத்து தமிழ் உலகில் தொடர்ந்து பேசப்பெற்று வருகிறது.

மதிப்பிற்குரிய பேராசிரியர் முகிலை இராசபாண்டியன் அவர்கள் சிந்தாமணிக் காப்பியத்தால் ஈர்க்கப்பெற்று நரிவிருத்தம் சார்ந்தும் தம் கவனத்தைச் செலுத்தியிருக்கிறார். விளைவு 'நரி விருத்தம்' நம் கைகளில்!

"நரி விருத்தம், சீவக சிந்தாமணி என்னும் இரண்டு நூல்களையும் ஒப்பிட்டுப் பார்த்தால், நரி விருத்தம் என்னும் சிறிய நூல் படைக்கப்பட்ட பின்னர் நெடுங்காலத்திற்குப் பிறகே சீவக சிந்தாமணி படைக்கப்பட்டிருக்கும் என அறிய முடிகிறது. ஏனென்றால், நரி விருத்தத்தில் அமைந்துள்ள சொல்வளமும் சீவக சிந்தாமணியில் அமைந்துள்ள சொல்வளமும் அந்த அளவிற்கு வேறுபாட்டுடன் அமைந்துள்ளன" என்னும் நூலாசிரியரின் கருத்தை நாம் கவனத்தில் கொள்ளத்தான் வேண்டும்.

நிலையாமையைச் சமணம் ஆழமாக வலியுறுத்தும்; நரிவிருத்தமும் வலியுறுத்துகிறது; நரியின் பேராசையை அடிப்படையாகக் கொண்டு, வைத்திழக்கும் மாக்களுக்கும் வலியுறுத்துகிறது; அறிவு புகட்டுகிறது.

உண்ணல், உறங்கல், அச்சம் கொள்ளல், பால் உணர்வு காரணமாக இணைதல் ஆகியன மனிதனுக்கும் விலங்கிற்கும் பொதுவேயாம். ஆனால், மனிதன் இவற்றிற்கும் அப்பால் அறச்செயல்களினால் உயர வேண்டும். அப்படி மனிதன் தன்னை உயர்த்திக்கொள்ளவில்லை என்றால், அவனை விலங்குக்குச் சமமானவன் என்பதைவிட விலங்குக்குக் கீழானவன் என்று சொல்லுதலே பொருந்தும்.

> ... ... நல்ல
> அறங்களைப் பிடித்த நீரார்
> பண்டிதர் ஏனை மாக்கள்
> பசுவினும் கடையர் அன்றே!
> (நரிவிருத்தம் : 13)

தரமான நிலத்தில் இடும் வித்து தவறாது முளைத்துப் புதுவாழ்வு பெறும். அவ்வாறே உண்மையான தவமும், பிறழாத அறமும் கொண்டு ஒழுகுவார்க்கு அளிக்கும் தானமும், அவர்களுக்கு மட்டுமின்றிச் சமுதாயத்திற்கும் பயன்தரும்.

> கேத்திரம் நல்லதாகில்
> கேடின்றி இட்ட வித்து
> வாய்த்ததாய் எழுந்து நன்றாய்
> விளைதலைக் காட்டுமா போல
> ஏத்தரும் தவத்தின் மிக்க
> பாத்திர தானம் ஈந்தால்
> பயனும் மற்று அதனை அற்றே!
> (நரிவிருத்தம் : 17)

பத்திர மித்திரன் என்னும் வணிகன், அமைச்சன் சத்திய கோடனிடம் விலை மதிப்பற்ற மணிகளை ஒரு செப்பிலிட்டு, பிறகு வந்து வாங்கிக்கொள்வதாகச் சொல்லிக் கொடுத்துவிட்டுப் போனவன், திரும்பவந்து கேட்டபோது அப்படி ஒன்றும் தன்னிடம் தரவில்லை என்று பொய்கூறி ஏமாற்றுகிறான் சத்தியகோடன். ஆய்வில் உண்மை வெளிப்படும்போது அமைச்சன் தண்டிக்கப்படுகிறான்.

> நாட்டு யாத்திரை செய்பவன் நன்மணி
> காட்டி வைத்தவன் போய்வந்து கண்ணுறச்

சாட்டியம் சொன்ன சத்திய கோடனும்
ஈட்டிவைத்து இழந்தான் பொருள் என்பவே!

[நரிவிருத்தம் : 25]

வணிகனின் பொருளைக் கவர்ந்துகொள்ள நினைத்த சத்திய கோடன் சாட்டையினால் முப்பது அடிகள் அடிக்கப்பட்டு நகரினின்றும் துரத்தப்படுகிறான். முற்பகலில் தேவனென்று மக்களால் போற்றப்படும் அவன், பிற்பகலில் பேயனென்று அதே மக்களால் தூற்றப்படும் நிலைக்கு ஆளாகிறான். காரணம் என்ன? பற்று; பொருட்பற்று!

பற்றினைப் பற்றினாலே பற்றெனப் பற்றி னாரைப்
பற்றுதான் இடும்பை நீருட் பரியட்டந் தன்னை யாக்கும்
பற்றினைப் பற்றிலாமை பற்றெனப் பற்றினாரைப்
பற்றுவிட்டு இடும்பை நீருட் பரியட்டம் ஒழிக்குங் கண்டீர்!

[மேருமந்தர புராணம் : 323]

மனிதனுக்கு இரண்டு வகையான வாழ்வியல் முறைகள் உள்ளன. ஒன்று இல்லற வாழ்க்கை; மற்றது துறவற வாழ்க்கை. இல்லற நெறி நிற்போர், தாம் ஈட்டும் செல்வத்தைப் பிறரோடும் பகிர்ந்துண்ணுதல் வேண்டும். துறவற நெறி நிற்போர் அறநெறி பிறழாமல் தூய தவ வாழ்க்கை வாழ்தல் வேண்டும்.

தம்இல் இருந்து தமதுபாத்து உண்டற்றால்
அம்மா அரிவை முயக்கு

[குறள் : 1107]

அறம் பிறழாமல் தான் ஈட்டும் செல்வத்தை ஒருவன் தமது வீட்டிலிருந்து பிறரோடும் பகிர்ந்துண்ணும்போது அவன் பெறும் இன்பத்திற்கு ஈடு எது தெரியுமா? தன் தலைவியைத் தழுவிக்கொள்ளும்போது அவன் பெறும் இன்பத்திற்கு ஈடானதாம்! எப்படி உவமை?

'ஒன்றாக நல்லது கொல்லாமை' என்னும் பேரறத்தைப் போற்றி, எந்த ஓர் உயிரையும் கொல்லாமலும், பிறரால் கொல்லப்பட்டிருந்தாலும் புலால் உண்ணாமலும் மனிதன் வாழ்தல் வேண்டும். இவ்வுலக வாழ்விற்குத் தேவைப்படும் மெய்ப்பொருள் உணர்ந்து, அதை வழுவாமல் பின்பற்ற வேண்டும். தீய குணங்கள் அனைத்தையும் விட்டொழிக்க

வேண்டும். நற்பண்புகளுக்கு முரணானவற்றைச் சொல்லுதலையும் தவிர்த்தல் வேண்டும். இவ்வொழுகலாறுகளைத் தவறாது பின்பற்றுவதே நல்லற வாழ்க்கை.

கோறல் ஓம்புமின் கொன்றபின் ஊன்தடி
மேறல் ஓம்புமின் மெய்ப்பொருள் அல்லன
தேறல் ஓம்புமின் தீயவை யாவையும்
கூறல் ஓம்புமின் நற்குணம் அல்லன!

[நரிவிருத்தம் : 45]

பேராசிரியர் முகிலை இராசபாண்டியன் அவர்களை நான்கைந்து ஆண்டுகளுக்கு முன்னர் தலைநகர்த் தமிழ்ச் சங்கத்தில் முதன் முதல் சந்தித்தேன். தமிழ்ச் சங்கத்தில் மணிமேகலைத் தொடர் சொற்பொழிவை அவர் தொடங்கிய அன்று தொடக்க உரை ஆற்ற என்னை அழைத்திருந்தார்கள். நாங்கள் இருவரும் ஒருவரை ஒருவர் அதற்கு முன்னால் பார்த்ததில்லை. என் நண்பர் திரு.நெல்லை நெடுமாறன் அவர்கள் என்னைப் பற்றிச் சொல்லியிருக்கிறார்.

விழாவிற்குச் சென்ற நான் நேராக அரங்கினுள் சென்று அமர்ந்துகொண்டேன். நான் வரவில்லையென்னும் எண்ணத்தில் வாயிலில் நின்றுகொண்டிருந்த பேராசிரியர் அலைபேசியில் என்னைத் தொடர்புகொண்டார். ஒலிக்கும் கருவியைக் கையிலெடுத்து நான் பேசியபோது கண்டு பிடித்துவிட்டார். அப்படித்தான் நாங்கள் சந்தித்துக் கொண்டோம்.

அண்மையில் சீவகசிந்தாமணி தொடர் சொற்பொழிவை அவர் தொடங்கியபோதும் என்னை அழைத்திருந்தார்; மறக்காமல் அழைத்திருந்தார்கள்; மகிழ்ச்சியோடு பங்கு பெற்றேன். அறிஞர் பெருமக்கள் பலரைச் சந்திக்கும் வாய்ப்பும் எனக்கு அங்கு அமைந்தது.

நரிவிருத்தம் - தெளிவுரை நூலுக்கு ஓர் அணிந்துரை வழங்கும் பெருமையையும் பேராசிரியர் எனக்குத் தந்திருக்கிறார்.

நன்றி!

அன்புடன்
அ.பு.அறவாழி

என்னுரை

நான் பள்ளியில் படித்த வேளையில் ஏமாங்கத நாட்டு வளத்தைப் படித்துள்ளேன். அந்த வேளையில் சீவகன் என்னும் பெயரும் சீவக சிந்தாமணி என்னும் பெயரும் மட்டுமே அறிமுகம் ஆகியிருந்தன. அதன் பிறகு அதனைப் படிப்பதற்கு அவ்வளவாக எனக்கு வாய்ப்புக் கிடைக்கவில்லை. சென்னை, நந்தனத்தில் உள்ள அரசினர் ஆடவர் கலைக் கல்லூரியில் பணியாற்றிக் கொண்டிருந்த வேளையில் தமிழ் இணையப் பல்கலைக்கழகத்தைத் (தற்போது தமிழ் இணையக் கல்விக் கழகம்) தமிழ்நாடு அரசு, தரமணியில் உள்ள டைடல் பார்க் என்னும் கட்டடத்திற்கு அருகில் உள்ள எல்நெட் மென்பொருள் நகரம் என்னும் கட்டடத்தின் நான்காம் தளத்தில் தொடங்கியிருந்தது. அதன் தலைவராக அண்ணா பல்கலைக்கழகத்தின் முன்னாள் துணைவேந்தர் முனைவர் வா.செ.குழந்தைசாமி நியமிக்கப்பட்டிருந்தார். அதன் முதல் இயக்குநராக, பாரதிதாசன் பல்கலைக்கழகத்தில் பின்னாளில் துணைவேந்தராகப் பணியாற்றிய முனைவர் மு.பொன்னவைக்கோ நியமிக்கப்பட்டிருந்தார். இந்த நிறுவனம் தமிழ்நாடு அரசின் தொழில்நுட்பத்துறையின் கீழ் இயங்கி வருகிறது.

நான் மாநிலக் கல்லூரியில் முனைவர் பட்ட ஆய்வினை மேற்கொண்ட போது எனக்கு வழிகாட்டி ஆசிரியராக விளங்கிய முனைவர் ம.செ.இரபிசிங் அவர்கள், பணிநிறைவு பெற்ற பிறகு அங்கே மூதறிவுரைஞர் என்னும் பணியில் இருந்தார். விருத்தாசலத்தில் உள்ள திரு.கொளஞ்சியப்பர் கலைக் கல்லூரியிலிருந்து நான் பணி மாறுதல் பெற்று நந்தனத்திற்கு வந்திருக்கிறேன் என அறிந்த அவர், என்னை அழைத்தார். "உங்கள்

கல்லூரி மதியத்துடன் நிறைவடைந்துவிடும். பிற்பகலில் இங்கே வந்து எனக்கு உதவுங்கள்” என்று கேட்டுக்கொண்டார். நான் அதற்கு ஒப்புக்கொண்டு மகிழ்ச்சியுடன் ஆசிரியருக்கு உதவி செய்வதற்குக்கிடைத்த வாய்ப்பு என்று மகிழ்ந்தேன்.

அங்கே போனவுடன் அவர், “இங்கே நீங்கள் செய்யும் பணிகளுக்குத் தனியாக ஊதியம் வழங்கப்படும்” என்றார். அதற்கும் ஒப்புக்கொண்டு பிற்பகல் தோறும் சென்று அங்கே பணியாற்றினேன்.

தமிழ் இணையப் பல்கலைக்கழகம் அந்தக் காலத்தில் ஓர் இயக்குநர், இரண்டு இணை இயக்குநர், நான்கு உதவி இயக்குநர் என்னும் கட்டமைப்பைப் பெற்றிருந்தது. இணை இயக்குநரில் ஒருவராகத் தமிழ்நாடு திறந்த நிலைப் பல்கலைக்கழகத்தின் ஆங்கிலத் துறைப் பேராசிரியராகப் பணியாற்றிய முனைவர் த. இரா.சீனிவாசன் என்பவர் பணியாற்றிக் கொண்டிருந்தார். அதன் அடுத்த இணை இயக்குநர் பதவியானது தொழில்நுட்ப அறிவு பெற்றவருக்கு உரியது.

உதவி இயக்குநர் பணி என்பது தமிழ்ப் பேராசிரியர்களுக்கு ஒதுக்கப்பட்டது. அந்தக் காலத்தில் அதற்கு வழங்கப்பட்ட சம்பளம், இணைப்பேராசிரியர் அளவிலான சம்பளம். இயக்குநர் முனைவர் மு.பொன்னவைக்கோ அவர்கள், என்னை அழைத்து, “உதவி இயக்குநர் பணிக்காகத் தமிழ்நாடு அரசு கலைக் கல்லூரிகளிலிருந்து பேராசிரியர்களைப் பகராண்மையில் (On Deputation) நியமிக்க இருக்கிறோம். நீங்கள் இங்கே வந்து விடுங்கள்” என்றார். “இதை எதிர்பார்த்துத்தான் நானும் உங்களை இங்கே அழைத்தேன்” என்று சொன்னார் என்னுடைய பேராசிரியர் ம.செ.இரபிசிங். நானும் அதற்கு ஒப்புக்கொண்டேன். முறையாக, கல்லூரிக் கல்வி இயக்குநர் வாயிலாக அறிவிக்கப் பெற்று நேர்முகத்தேர்வில் கலந்துகொண்டு நானும் அங்கே முதல் உதவி இயக்குநராகப் பணியில் சேர்ந்தேன். என்னோடு வேறு இருவரும் ஓரிரு வாரத்தில் வந்து சேர்ந்தார்கள்.

தமிழ் இணையப் பல்கலைக்கழகத்தில் உதவி இயக்குநராகப் பணியாற்றிக்கொண்டிருந்த வேளையில் சீவக சிந்தாமணியை இணைய நூலகத்தில் வெளியிடுவதற்கான தட்டச்சுப் பணிகளையும் இணைப்பு வழங்கும் பணிகளையும் மேற்பார்வை

செய்யும் பொறுப்பு என்னுடையதாக இருந்தது. அவ்வாறு மேற்பார்வை செய்யும்போது ஓரளவு எனக்குச் சீவக சிந்தாமணி அறிமுகம் ஆனது.

பகராண்மையை நிறைவு செய்துவிட்டு நான் மாநிலக் கல்லூரியின் தமிழ்த் துறையில் போய்ப் பணியில் சேர்ந்தேன். அது உயராய்வுத் துறை என்ற காரணத்தால் முனைவர் பட்ட ஆய்வாளர்களுக்கு நெறியாளராக இருக்கும் வாய்ப்புக் கிடைத்தது. என்னிடம் முதல் மாணவராக முனைவர் க.சங்கர் என்பவர் சேர்ந்தார். அவருக்குச் சீவக சிந்தாமணியில் வினைக் கொள்கையும் மனித முயற்சியும் என்னும் தலைப்பைக் கொடுத்து ஆய்வு செய்யச் சொன்னேன். அதனை அவர் ஏற்றுக்கொண்டு ஆய்வினை நிறைவு செய்து முனைவர் பட்டம் பெற்றுவிட்டார். அப்போது சீவக சிந்தாமணி முழுமையாகப் படிக்கும் வாய்ப்பு ஏற்பட்டது.

எனது நெறியாள்கையில் தற்போது தமிழ்ப் பல்கலைக்கழகத்தின் அரிய கையெழுத்துச் சுவடித் துறையில் இணைப் பேராசிரியராகப் பணியாற்றும் முனைவர் த.ஆதித்தன் அவர்கள் தமிழ்க் காப்பியங்களில் துணைநிலை மாந்தர்களின் முதன்மை என்னும் தலைப்பில் முனைவர் பட்ட ஆய்வினை மேற்கொண்டார். அதற்காக மேலும் ஒருமுறை சீவக சிந்தாமணியைப் படிக்கும் வாய்ப்புக் கிடைத்தது.

இப்படியாகச் சீவக சிந்தாமணி பற்றிய தெளிவு எனக்குக் கிடைத்த வேளையில் தலைநகர்த் தமிழ்ச்சங்கத்தில் நான் தொடர்ச்சியாகச் சிலப்பதிகாரம், மணிமேகலை, பெரியபுராணம், குறுந்தொகை - தொடர் சொற்பொழிவுகளை ஆற்றிக் கொண்டிருந்தேன். அடுத்தபடியாகத் திருக்குறள் தொடர் சொற்பொழிவினை ஆற்றுமாறு அவர்கள் கேட்டுக்கொண்டார்கள். நான், சீவக சிந்தாமணி தொடர் சொற்பொழிவினை வழங்குகிறேன் என்று கேட்டுக்கொண்டதற்கு அவர்களும் இணக்கம் தெரிவித்தார்கள். கொரோனா பெருந்தொற்றின் காரணமாக அந்தச் சொற்பொழிவினைத் தற்போது இணையவழியில் நிகழ்த்திக் கொண்டிருக்கிறேன்.

சொற்பொழிவாற்றுவதற்காகத் திருத்தக்க தேவர் வரலாற்றை முழுமையாக அறிந்துகொள்ள விரும்பினேன். அவருடைய

வரலாற்றுடன் 'நரி விருத்தம்' முதன்மையாகப் பேசப்பட்டதை அறிந்து நரி விருத்தம் பற்றி அறிய விரும்பினேன். பலருக்கும் நரி விருத்தம் என்னும் பெயர் தெரிகிறதே அல்லாமல் அது எந்த வகையான நூல் என அறிந்திருக்கவில்லை. ஒரு சிலர் அதனை இலக்கண நூல் என்று கூறினார்கள். அது நிலையாமையைக் கூறும் நூல் என்பது எனக்கு முன்பே தெரிந்திருந்தது. விருத்தம் என்னும் சொல்லுக்கான பொருளையும் விருத்தாசலம் அரசினர் கலைக் கல்லூரியில் பணியாற்றிய காரணத்தால் அறிந்திருந்தேன்.

நரி விருத்தம் பற்றி இணையத்தில் தேடும்போது மதுரைத் திட்டம் வெளியிட்டிருந்த மூலநூல் கிடைத்தது. இந்த நூலுக்கு உரை இல்லை என நான் நினைத்துக்கொண்டு உரை எழுதத் தொடங்கினேன். தமிழ் இணையக் கல்விக் கழகத்தில் படப் பதிவாகப் பக்கம் பக்கமாக நரி விருத்தத்தை உரையுடன் பதிவு செய்திருந்தார்கள். உரைநூலைப் பார்த்ததும் உரை எழுதும் வேலையை நிறுத்திவிடலாமா என்று நினைத்தேன். அந்த உரையை ஜைன இளைஞர் சங்கத்தார் வெளியிட்டிருந்தார்கள். நாம் உரை எழுதினால் எளிய தற்கால நடையில் எழுதலாம், நரி விருத்தம் பற்றி அறியாதவர்களுக்கு அறிமுகமாக இருக்கட்டும் என்று தொடர்ந்து எழுதினேன்.

உரையை எழுதி முடித்த பிறகு இந்த நூலில் இடம்பெற்றுள்ள கதைகளைத் தொகுத்து வெளியிட்டால்தான் இந்த நூல் முழுமை அடையும் என்று நினைத்தேன். அந்தக் கதைகளில் பெரும்பாலானவை ஸ்ரீபுராணத்திலும் கதா கோசம் என்னும் நூலிலும் ஜீவசம்போதனை என்னும் நூலிலும் சிராவகா சாரம் என்னும் நூலிலும் இருப்பதை அறிந்தேன். இந்த நூல்களைப் பெறுவதற்காகத் தலைநகர்த் தமிழ்ச் சங்கத்தில் எனது சீவக சிந்தாமணி தொடர் சொற்பொழிவினைத் தொடங்கி வைத்த தமிழ்ச் சமணரும் தமிழ்நாடு அரசு பள்ளியில் தலைமையாசிரியராகப் பணியாற்றிப் பணிநிறைவு பெற்ற திரு.அ.பு.அறவாழி அவர்களைத் தொடர்பு கொண்டேன்.

அறவாழி அவர்கள், மாநிலக் கல்லூரியின் தாவரவியல் துறையில் எனக்கு முன்பே நன்கு அறிமுகம் ஆகியிருந்த தமிழ்ச் சமணரான முனைவர் கனக.அஜித தாஸ் அவர்களைப் பற்றிக் கூறினார். இவர்கள் இருவரின் தொடர்பினால் இந்த நூல்களைப் பெற்றுக் கதைகளைத் திரட்டி இந்த நூலில் பயன்படுத்தியுள்ளேன்.

திரு.அ.பு.அறவாழி அவர்கள் என்னுடைய மணிமேகலை தொடர் சொற்பொழிவின்போதும் தலைமை தாங்கி உரையாற்றியுள்ளார். மிகவும் எளிமையான வெள்ளுடையில் தோன்றும் அவர், சமண சமயம் குறித்த செய்திகளையும் இலக்கியங்களையும் நன்கு அறிந்தவர். அவர் வழங்கிய அறிவுரையின்படியே இந்த நூலை அமைத்துள்ளேன். நரி விருத்தப் பணியில் மட்டும் அல்லாமல் சீவக சிந்தாமணி தொடர்சொற்பொழிவுக்கு மட்டும் அல்லாமல் வேறு பல இலக்கியப் பணிகளுக்கும் எனக்கு உதவி வரும் நல்லுள்ளம் கொண்டவர் அவர். இந்த நூலுக்கு ஓர் அணிந்துரையும் தந்துள்ளார். அவருக்கு என் நன்றியைத் தெரிவித்து மகிழ்கிறேன்.

இந்த நூலுக்கு மெய்ப்புத் திருத்தம் செய்து தந்து உதவிய கவிஞர் இல.சாந்தா அவர்களுக்கும் புள்ளினங்காள் வெளியீட்டின் பொறுப்பாளர் நா.கௌசிகன் அவர்களுக்கும் என் நெஞ்சார்ந்த நன்றி.

அன்புடன்
முகிலை, குமரி   முகிலை இராசபாண்டியன்

திருத்தக்க தேவர்

திருத்தக்க தேவரைத் திருத்தகு மா முனிவர், திருத்தகு முனிவர், தேவர் என்றும் குறிப்பிடுகின்றனர். சோழர் குலத்தில் தோன்றிய இவர் இளமையிலேயே துறவியாகிவிட்டார். தமது ஆசிரியரிடம் பழந்தமிழ் இலக்கியங்களையும் சமண சமய இலக்கியங்களையும் நன்கு கற்று, அவருடனேயே வாழ்ந்துள்ளார்.

சோழ நாட்டில் பிறந்த இவர், தமது ஆசிரியருடன் பாண்டிய நாட்டிற்குச் சென்றுள்ளார். மதுரையில் தமிழ்ச் சங்கம் சிறப்புற்று விளங்கியதை அறிந்து அந்தப் புலவர்களைச் சந்திப்பதற்காகத் திருத்தக்க தேவர் சென்றார். அவர்களுடன் நட்புக்கொண்டு இலக்கிய இன்பத்தை அனுபவித்து வந்த திருத்தக்க தேவரைப் பார்த்து, "சமண சமயத்தைச் சேர்ந்தவர்கள் படைக்கும் இலக்கியத்தில் காமச்சுவை இல்லாமல் துறவறத்தைப் பற்றிய செய்திகளே மிகுதியாக உள்ளன" என்று தெரிவித்தனர் சங்கப் புலவர்கள்.

"காமச்சுவையில் வெறுப்பு இருந்த காரணத்தால்தான் சமணப் புலவர்கள் அத்தகைய இலக்கியங்களைப் படைக்கவில்லை. அவர்களுக்குக் காமச்சுவையைப் பாடத் தெரியாது என்று சொல்வது பொருந்தாது" என்று எடுத்துரைத்தார் திருத்தக்க தேவர்.

"நீங்கள் சொல்வது உண்மை என்றால் துறவியாகிய நீங்களே காமச்சுவை நிறைந்த ஓர் இலக்கியத்தைப் படைத்து அளியுங்கள்" என்றனர் சங்கப் புலவர்கள்.

"ஆம்! உங்கள் விருப்பப்படியே பாடுகிறேன்" என்று சொன்ன அவர், சங்கப்புலவர்களிடம் விடைபெற்றுச் சென்றார்.

திருத்தக்க தேவர் நேரே தமது ஆசிரியரிடம் வந்தார். தமிழ்ச்சங்கத்தில் நிகழ்ந்தவற்றைத் தெரிவித்தார். அதற்கு ஆசிரியர் உடனே பதில் அளிக்கவில்லை. காமச்சுவை நிறைந்த பெருங்காப்பியம் ஒன்றைப் படைக்கவேண்டும் என்றால் அதற்கு

இலக்கியம் படைத்த அனுபவம் வேண்டும் என்று எண்ணினார். ஆசிரியர் அமைதியாக இருப்பதைப் பார்த்த திருத்தக்க தேவர் உள்ளம் வருந்தினார். 'ஆசிரியரின் ஒப்புதல் கிடைக்கவில்லை என்றால் தம்மால் இலக்கியம் படைக்க இயலாதே' என்னும் கவலையில் ஆழ்ந்திருந்தார். துறவியராக இருந்த அவர்கள் தங்கியிருந்த இடம் காட்டுப் பகுதி என்பதால் அந்த வழியாக ஒரு நரி சென்றது.

நரியைப் பார்த்த ஆசிரியர், "நீங்கள் காப்பியம் படைப்பது மகிழ்ச்சி. அந்த அளவிற்கு உங்களிடம் தகுதி இருக்கிறது என்பதை நான் அறிவேன். ஆனால், பெருங்காப்பியம் படைப்பதற்கு முன்பாகச் சிறிய நூல் படைத்துப் பார்த்துக்கொள்ள வேண்டும். அதோ போகும் நரியைப் பற்றி ஒரு நூல் எழுதுங்கள்" என்றார்.

ஆசிரியரின் சொற்படி திருத்தக்க தேவர் படைத்த சிறிய நூல் 'நரி விருத்தம்' ஆகும். இந்த நரி விருத்தத்தைப் பார்த்த திருத்தக்க தேவரின் ஆசிரியர், "இனி நீங்கள் பெருங்காப்பியம் பாடலாம். அதற்குச் சீவகன் கதையைத் தேர்வு செய்யுங்கள்" என்று கூறினார்.

நரி விருத்தம், சீவக சிந்தாமணி என்னும் இரண்டு நூல்களையும் ஒப்பிட்டுப் பார்த்தால் நரி விருத்தம் என்னும் சிறிய நூல் படைக்கப்பட்ட பின்னர், நெடுங்காலத்திற்குப் பிறகே சீவக சிந்தாமணி படைக்கப்பட்டிருக்கும் என அறிய முடிகிறது. ஏனென்றால், நரி விருத்தத்தில் அமைந்துள்ள சொல் வளமும் சீவக சிந்தாமணியில் அமைந்துள்ள சொல் வளமும் அந்த அளவிற்கு வேறுபாட்டுடன் அமைந்துள்ளன.

நரி விருத்தத்தைப் பாடிய பிறகு மேலும் மேலும் பல தமிழ் இலக்கிய நூல்களை ஆசிரியரிடம் கற்றிருக்க வேண்டும் எனத் தெளிய முடிகிறது.

திருத்தக்க தேவர் காலத்தை ஒன்பதாம் நூற்றாண்டு என்று தெரிவித்துள்ளனர். ஆனால், இவரது காலம் திருஞான சம்பந்தர் காலத்திற்கு முற்பட்டது என அறிந்துகொள்ள முடிகிறது. அப்பரும் திருஞான சம்பந்தரும் தங்கள் பதிகங்களில் நரி விருத்தம் பற்றிக் குறிப்பிட்டுள்ளனர். எனவே, திருத்தக்க தேவரின் காலம் கி. பி. ஆறாம் நூற்றாண்டு எனலாம்.

நரி விருத்தம்

நரி விருத்தம் என்னும் இந்த நூல் ஐம்பத்தொரு விருத்தப்பாக்களைக் கொண்டுள்ளது. முதல் பாடல் காப்புச் செய்யுளாக அமைந்து அருகன் வணக்கமாக உள்ளது. இரண்டாவது பாடல் முதல் ஐம்பத்தோராம் பாடல் வரை உள்ள ஐம்பது பாடல்களும் நூலின் பகுதியாக உள்ளன. நரி விருத்தம் என்னும் இந்த நூலில் இந்த உடல் நிலையில்லாதது, நம்மிடம் இருக்கும் செல்வம் நிலையில்லாதது முதலான நிலையாமைக் கருத்துகள் உணர்த்தப்பட்டுள்ளன.

நரி தொடர்பான இரண்டு கதைகள் இடம்பெற்றுள்ள காரணத்தால் இந்த நூலின் பெயரில் நரி என்னும் பெயர் இடம் பெற்றுள்ளது. விருத்தம் என்பது விருத்தப் பாடலைக் குறிக்கும்.

விருத்தம் என்பதற்குப் பழமையான கதை என்றும் பொருள் உண்டு. நரி விருத்தம் என்னும் இந்த நூலில் இருபத்திரண்டு கதைக் குறிப்புகளை வழங்கியுள்ளார் திருத்தக்க தேவர். அந்தக் கதைகள் ஸ்ரீபுராணம், கதா கோசம், ஜீவசம்போதனை, சிராவகாசாரம் முதலான நூல்களில் இடம் பெற்றுள்ளன.

இந்த நூலின் நாற்பத்தொன்பதாம் பாடலில் முதல் இரண்டு அடிகளில் ஓர் எதுகையும் இரண்டாம் இரண்டு அடிகளில் வேறு எதுகையும் காணப்படுகின்றன. விருத்தப் பாடல்களில் நான்கு அடிகளில் ஓர் எதுகையே இடம்பெறும். இணையத்தில் மதுரைத் திட்டத்தில் இடம்பெற்றுள்ள மூலநூல் பதிப்பில் நாற்பத்தொன்பதாம் பாடலின் முதல் இரண்டு அடிகள் மட்டுமே கொடுக்கப்பட்டுள்ளன.

மதுரை மாவட்டம் செம்பூர் வித்வான் வீ.ஆறுமுகம் சேர்வை என்பவர் உரை எழுதி ஜைன இளைஞர் சங்கத்தார் பதிப்பித்துள்ள

பதிப்பில் நாற்பத்தொன்பதாம் பாடல் முழுமையாக இரண்டு எதுகையுடன் காணப்படுகிறது. அதைப் பின்பற்றி அந்தப் பாடலையே இந்த உரைநூலுக்குப் பயன்படுத்தியுள்ளோம்.

நரி விருத்தப் பாடல்களையும் சீவக சிந்தாமணிப் பாடல்களையும் ஒப்பிட்டுப் பார்க்கும்போது இரண்டு மொழிநடையிலும் கால வேறுபாடு காணப்படுகிறது. திருத்தக்க தேவர் தொடர்பான வரலாற்றில் நரி விருத்தம் பற்றிக் கூறப்பட்டுள்ள காரணத்தால் இதனைத் திருத்தக்க தேவரே படைத்திருக்கலாம் என்று கருதமுடிகிறது.

நரி விருத்தம் எழுதப்பட்டுள்ள காலத்தில் திருத்தக்க தேவருக்கு இருந்த இலக்கியப் பயிற்சியை விடவும் சீவக சிந்தாமணி எழுதப்பட்ட காலத்தில் இலக்கியப் பயிற்சி மிகுதியாகக் கிடைத்திருக்கிறது என்று கருதவும் இடம் இருக்கிறது.

மக்களிடையே பழங்காலத்திலிருந்து சொல்லப்பட்டு வரும் கதைகளைப் பாடல் வடிவில் வடிக்கும் நூலாக அமைந்துள்ள இந்த நூலில் அறக் கருத்துகளும் விளக்கப்பட்டுள்ளன. வாய்மொழி இலக்கியத்திற்கு இலக்கிய வடிவம் கொடுக்கும் ஒரு நூலாகவும் இந்த நூலினைக் கருத முடிகிறது. காப்பியக் கதைகள் பெரும்பாலும் வாய்மொழியில் இருந்த கதைகளையே காப்பியக் கதைகளாகக் கொண்டுள்ளன. அந்த வகையில் இந்த நரி விருத்தத்தையும் ஒரு பெருங்காப்பியத்தைப் படைப்பதற்கான முன் முயற்சி எனக் கருதலாம்.

இந்த நூலில் இடம் பெற்றுள்ள இருபத்திரண்டு கதைகளும் தமிழ்நாட்டிற்கு அப்பாற்பட்ட பகுதியில் உள்ள பெயர்களைத் தாங்கியே சொல்லப்பட்டுள்ளன. திருத்தக்க தேவர், சமஸ்கிருத அறிவு மிகுதியாகப் பெற்று, சமணக் கருத்துகளில் ஆழ்ந்த ஈடுபாடு கொண்டவர் என்ற காரணத்தால் தமிழ்நாட்டிற்கு அப்பால் உள்ள பகுதிகளில் வழங்கிய வாய்மொழிக் கதைகளையும் நன்கு அறிந்திருக்கிறார்.

இளமையிலேயே துறவியாக வாழ்ந்த காரணத்தால் கல்வியைத் தவிர வேறு பணி எதுவும் அவருக்கு இல்லை. அதனால் முழுநேரக் கல்வியாளராக இருந்த அவர், தொடர்ந்து

பல ஏட்டு இலக்கியங்களையும் வாய்மொழிக் கதைகளையும் ஆசிரியர் வாயிலாகக் கற்றிருப்பதற்கு வாய்ப்பு இருக்கிறது.

சமண சமயம் கல்விக்கு முதன்மை கொடுத்த சமயம் என்ற காரணத்தால் பல ஆசிரியர்கள் தொடர்ந்து கல்வி வழங்கி வந்துள்ளனர். திருத்தக்க தேவர் வரலாற்றில் ஒரே ஆசிரியரிடம் கல்வி கற்றதாகக் குறிப்பிடப் பட்டிருந்தாலும் தற்காலத்தில் இருப்பது போல், வகுப்பாசிரியர் (பொறுப்பாசிரியர்) என ஒருவரும் பிற ஆசிரியர்களும் இருந்திருக்கலாம். அந்த வகையில் பலரிடம் கல்வி கற்ற காரணத்தால் வாய்மொழி இலக்கியம் உட்படப் பல இலக்கிய அறிவினைப் பெற்றுள்ளார்.

திருத்தக்க தேவர் பெற்ற கல்வி அறிவினைக் கொண்டு முதன் முதலில் படைத்த இந்த நரி விருத்தம் மனித வாழ்க்கைக்கு இன்றியமையாத இல்லறத்தின் பெருமையைப் போற்றிப் பாடுகிறது. சமண சமயத்தார் துறவறத்திற்கு முதன்மை கொடுக்கும் காரணத்தால் துறவறத்தையும் போற்றிப் பாடியுள்ளார். இல்லறம், துறவறம் என்னும் இரண்டின் வாயிலாகவும் வீடு பேற்றினை அடையலாம் என இந்த நூல் தெளிவுபடுத்துகிறது.

இல்லற வாழ்க்கை, துறவற வாழ்க்கை என்னும் இரண்டும் அல்லாமல் வாழ்நாள் முழுவதும் கற்றுக்கொண்டே இருக்கும் அறிஞர் வாழ்க்கையையும் இந்த நூலின் ஒரு பாடலில் திருத்தக்க தேவர் குறிப்பிட்டுள்ளார். இவற்றிற்கு அப்பால் இல்லறக் கட்டுப்பாட்டிற்கு அல்லது துறவறக் கட்டுப்பாட்டிற்கு அடங்காத வாழ்க்கையை இழித்துப் பாடியுள்ளார்.

இனி இந்த நூலில் இடம்பெற்றுள்ள பன்னிரண்டு கதைகளையும் பார்ப்போம்.

1. பேராசை கொண்ட நரி

வானத்தைத் தொடும் அளவிற்கு உயர்ந்திருந்த ஒரு மலையின் சாரலில் குறிச்சி என்னும் ஊர் இருந்தது. அந்த ஊரில் வேடர்கள் வாழ்ந்து வந்தனர். வேடர்கள், காய்களையும் கனிகளையும் கிழங்கினையும் தேனையும் எடுத்து உண்டு வந்தனர். அவற்றுடன் கள்ளும் மாமிசமும் உண்டு மகிழ்ந்தனர்.

நல்ல மழைக்காலம் முடிந்த வேளையில்...

வேங்கை மரங்கள் பூத்துக் குலுங்கின. வேடர்கள் எல்லோரும் மகிழ்ச்சியில் திளைத்தார்கள். இந்தக் காலத்தில் தினை வயலில் விதை விதைப்பதற்கான விழாவை நடத்தினார்கள்.

வேடர்கள் எல்லோரும் ஆடிப் பாடி மகிழ்ந்து 'நாள் செய்தல்' என்னும் முறைப்படி உழவுத் தொழிலைத் தொடங்கினார்கள். மரங்களை வெட்டி உருவாக்கப்பட்ட நிலத்தை உழுதனர். அந்த நிலத்தில் தினையை விதைத்தார்கள். அருகில் பாயும் அருவியிலிருந்து தினை வயலுக்கு நீர் பாய்ச்சினார்கள். தினைப்பயிர் நன்கு வளர்ந்து தினைக் கதிர் வந்தது.

தினைக்கதிரைத் தின்பதற்காகப் பறவைகள் பறந்து வந்தன. அந்தப் பறவைகளைக் குறப்பெண்கள் கவண் கல்லால் அடித்து விரட்டினர். இவ்வாறு தினை வயலைப் பாதுகாத்து வந்த வேளையில் யானை ஒன்று அந்தத் தினை வயலை வந்து மேய்ந்ததை அறிந்தனர் வேடர்கள்.

பெண்களால் யானையை விரட்ட முடியாது என்ற காரணத்தால் வேடன் ஒருவன் கையில் வில்லையும் இடையில் வாளையும் எடுத்துக்கொண்டு அந்த யானையைக் கொல்வதற்காகத் தினை வயலுக்குச் சென்றான்.

யானை வரும்வரை காத்திருந்த அவன், யானை வந்ததும் கொஞ்சம் மேடான பகுதியில் நின்று அம்பு எய்தால்தான் யானை இறக்கும் என்று கருதினான். அருகிலிருந்த பாம்புப் புற்றின் மேல் கால் வைத்துக்கொண்டு வில்லை வளைத்து நாணை ஏற்றினான். அம்பைத் தொடுத்து யானை மேல் எய்தான்.

அம்பானது யானையின் மத்தகத்தில் பாய்ந்து உள்ளே நுழைந்தது. பிளிறியபடி யானை, துதிக்கையை உயர்த்திக்கொண்டு அந்த வேடன் மேல் பாய்ந்தது. யானை வருவதற்குள்ளாக அடுத்த அம்பினையும் அந்த யானை மேல் எய்துவிட வேண்டும் என்று தயார் நிலையில் அம்பை எடுக்கும்போது யானை வேகமாக வந்து பாம்புப் புற்றின் மீது ஏறியது.

பாம்புப் புற்று சிதைந்ததும் உள்ளே இருந்த பாம்பு வெகுண்டு சீறி வேடனின் காலில் கடித்துவிட்டது. வலி பொறுக்க முடியாத வேடன், தன் இடையிலிருந்த வாளினால் அந்தப் பாம்பினை இரண்டு துண்டாக வெட்டிக் கொன்றான். பாம்பின் நஞ்சு ஏறிய வேடனும் இறந்து விழுந்தான். அம்பு பட்டுப் பாய்ந்து வந்த யானையும் உயிர் இழந்தது.

அந்த வழியாகப் பசியுடன் ஒரு நரி வந்தது. இறந்து கிடக்கும் யானையையும் வேடனையும் பாம்பையும் கண்டதும் அந்த நரிக்கு இரை கிடைத்த மகிழ்ச்சி ஏற்பட்டது.

இந்த யானையின் உடலை ஒரு மாதத்திற்கு வைத்துத் தின்னலாம் என்று நினைத்தது. வேடனுடைய உடலைப் பார்த்து இவனது உடலை ஒரு வாரத்திற்குத் தின்னலாம் எனக் கருதியது. அருகில் கிடந்த பாம்பினை ஒரே நாளில் தின்றுவிடலாம் என்று எண்ணியது.

அந்த எண்ணத்துடன் வேடனின் கையில் இருக்கும் வில்லில் கட்டப்பட்டிருந்த நரம்பால் ஆன நாண்வடத்தை முதலில் தின்னலாம் என்று அதனைக் கடித்து இழுத்தது. நரி கடித்த வேகத்தில் நாண் அறுந்து வளைந்து இருந்த வில் நிமிர்ந்தது.

வில்லின் மேல் பகுதி, நரியின் வாயைக் கிழித்தது. அதே வேளையில் எய்வதற்குத் தயாராக இருந்த அம்பானது அதன் வாய்க்குள் புகுந்தது. அந்த இடத்திலேயே நரியும் இறந்தது.

யானை, வேடன், பாம்பு என உணவுப்பொருள் கிடைத்த பிறகும் நரம்பால் ஆன நாணினைத் தின்ன ஆசைப்பட்டு இறந்த நரி போலவே வாழ்க்கைக்குப் போதுமான அளவு செல்வத்தைச் சேர்த்த பிறகும், மேலும்மேலும் செல்வம் சேர்க்கும் ஆசையால் அலைகிறார்கள். அந்த அலைச்சலிலேயே அவர்கள் உயிரை விடுகிறார்கள்.

நல்ல வழியில் சேர்த்த பொருளை அறவழியில் செலவு செய்ய வேண்டும். நரி போலப் பேராசைப்பட்டு வீணாக இறக்கக்கூடாது என்பதை இந்தக் கதையின் மூலம் திருத்தக்க தேவர் விளக்கியுள்ளார்.

[இந்தக் கதை நரி விருத்தத்தின் இரண்டாம் பாடல் முதல் ஒன்பதாம் பாடல் வரை சொல்லப்பட்டுள்ளது]

2. படையைக் கண்ட நரி

நரி ஒன்று காட்டில் வந்துகொண்டிருந்தது. அது வந்த வழியில் பெருத்த ஆரவாரம் கேட்டது. அதைக் கண்ட நரியானது ஓரத்தில் பதுங்கிக்கொண்டது.

ஒரு பெரிய படை ஆரவாரத்துடன் புழுதியைக் கிளப்பியபடி வந்தது.

அந்தப் படையைக்கண்ட நரி தனக்குள்ளேயே, "படை வருகிற காரணத்தால் இந்த இடத்தில் பெரும்போர் நடக்க இருக்கிறது. போர் நடந்தால் நிறைய பேர் இறப்பார்கள். அந்த உடல்களை நாம் நன்றாக உண்ணலாம்" என்று நினைத்துக்கொண்டது.

"நாம் இங்கே உயிருடன் இருப்பது தெரிந்தால் நமது உயிருக்கும் ஆபத்து ஏற்பட்டுவிடும். எனவே, நாம் செத்ததுபோல் கிடப்போம்" என்று நினைத்த நரி இறந்துபோனது போல் கிடந்தது. சிறிது நேரத்தில் படை, அந்தப் பகுதியைக் கடந்து போய்விட்டது.

நரி இன்னும் கண்ணை மூடிக்கொண்டு இறந்தது போலவே கிடந்தது.

அந்த வழியே ஒரு வழிப்போக்கன் வந்தான். இறந்துகிடந்த நரியைக் கண்டு, "இதனுடைய காதும் வாலும் எதற்காவது பயன்படும்" என்று நினைத்து, தனது கத்தியினால் நரியின் காதையும் வாலையும் அறுத்தான்.

“நாம் சத்தம் போட்டால் உயிருடன் இருப்பது தெரிந்துவிடும்” என்று நினைத்த நரி அசைவே இல்லாமல் துன்பத்தைத் தாங்கிக்கொண்டு அப்படியே கிடந்தது.

காதையும் வாலையும் அறுத்து எடுத்துக்கொண்ட அந்த வழிப்போக்கனுக்குத் திடீரென்று, “நரியின் தோலை உரித்து எடுத்துக்கொண்டால் அதுவும் எதற்காவது பயன்படும்” என்று நினைத்து, தோலை அறுக்கத் தொடங்கினான்.

இறந்ததுபோல் கிடந்த நரி, தோல் அறுபடும்போதும் கத்த முடியாமலும் ஓட முடியாமலும் தவித்தது. அந்தத் தவிப்புடனேயே உயிரை விட்டது.

எதையும் ஆராய்ந்து பார்த்து உண்மையை அறிந்துகொள்ளாமல் செயல்பட்டால் இந்த நரியைப்போல் உயிரை இழக்கவேண்டிய சூழ்நிலை ஏற்படும் என இந்தக் கதை உணர்த்துகிறது.

[இந்தக் கதை நரி விருத்தத்தின் பதினோராம் பாடலில் சொல்லப்பட்டுள்ளது]

3. சுகுமாரன் கதை

உஜ்ஜயினி நகரில் ஸ்ரீதத்தன் என்னும் வணிகன் ஒருவன் மிகுந்த செல்வத்துடன் வாழ்ந்து வந்தான். அவன் யசோபத்ரை என்னும் பெண்ணை மணந்து இல்லற வாழ்வில் மகிழ்ச்சியாக இருந்தான். அவர்களுக்கு ஒரே மகன். அவன் பெயர் சுகுமாரன். மீண்டும் நெடுங்காலம் இல்லறத்தில் இருந்த ஸ்ரீதத்தன் துறவியாகிவிட்டான். மகனும் தாயும் மட்டுமே பெருஞ்செல்வத்துடன் வாழ்ந்து வந்தனர்.

தந்தை துறவியானதால் மகனைப் பற்றி அறிந்துகொள்ள விரும்பினாள் தாய். அதனால் அவனையும் அழைத்துக்கொண்டு ஒரு முனிவரிடம் சென்று, "என் மகனின் எதிர்காலம் பற்றிச் சொல்லுங்கள்" என்று கேட்டாள்.

முனிவர், சுகுமாரனை அருகில் அழைத்தார். அருகில் சென்ற அவனைப் பார்த்து, "இவன் துறவி ஆவதற்கான அறிகுறி இருக்கிறது" என்றார்.

அதைக் கேட்டதும் யசோபத்ரை மிகவும் கவலை அடைந்தாள். இவனது தந்தையார், துறவியானதைப் போல இவனைத் துறவியாக விடமாட்டேன் என்று திட்டமிட்டுக்கொண்டாள்.

தனது மாளிகையில் அவனுக்குத் தேவையான எல்லாவற்றையும் ஏற்பாடு செய்து கொடுத்தாள்.

திருமணப் பருவத்தை அடைந்தான் சுகுமாரன்.

இந்த வயதில் அவனுக்குப் பெண்கள் மேல் அதிக ஆசை ஏற்பட்டுவிட்டால் துறவி ஆக மாட்டான் என்று நினைத்த யசோபத்ரை, அழகிய பெண்களைப் பார்த்து அவர்களைத் தனது மகனுக்குத் திருமணம் செய்து வைத்தாள்.

இப்படித் திருமணம் செய்ததில் சுகுமாரனுக்கு முப்பத்திரண்டு மனைவியர் சேர்ந்துவிட்டனர். ஒவ்வொரு மனைவியும் அழகாக அலங்கரித்துக்கொண்டு அவனுக்கு இன்பம் வழங்கினர்.

அந்தப் பெண்களிடம் இன்பமாக வாழ்ந்து வந்த சுகுமாரனுக்கு இல்லறத்தைவிட்டு இந்த உலகத்தில் வேறு எதுவும் இல்லை என்று தோன்றியது.

ஒரு நாள்... நள்ளிரவில்...

சுகுமாரன் மாளிகைக்கு அருகிலிருந்த சினாலயத்திலிருந்து ஒரு குரல் கேட்டது.

அந்தக் குரல், தேவர்கள் இயல்பையும் மனிதர்கள் இயல்பையும் நரகர் இயல்பையும் விரிவாக எடுத்துரைத்தது.

அதன்பிறகு பத்ம குல்மம் என்னும் விமானத்தின் தனிச்சிறப்பையும் அந்தக் குரல் எடுத்துரைத்தது.

அந்தக் குரல் பத்ம குல்மம் பற்றி எடுத்துரைத்ததும் இந்த உலக வாழ்க்கை நிலையற்றது என்பதை உணர ஆரம்பித்தான் சுகுமாரன்.

மாளிகையிலிருந்த யாருக்கும் தெரியாமல் அவன் வெளியேறினான். அவன் வெளியேறியதை வாயில் காவலன்கூட அறிந்துகொள்ளவில்லை. நேரே அந்த சினாலயத்திற்குச் சென்று அந்தத் துறவியின் அறிவுரைகளைக் கேட்டான்.

அதற்குமேல் அவன் அங்கிருந்து மாளிகைக்குத் திரும்பவே இல்லை. அந்தத் துறவியின் அருளைப் பெற்றுத் துறவியாகவே போய்விட்டான்.

அறிவுடையவர்கள் நிலையில்லா இன்பத்தில் நிலைத்திருக்காமல் நிலைத்த இன்பமாகிய துறவற வாழ்க்கையைத் தேடவேண்டும். துறவற வாழ்க்கையில் ஈடுபட வேண்டிய ஒருவனை எவ்வளவுதான் பாதுகாப்பாக வைத்தாலும் அவன் துறவற வாழ்க்கைக்குத்தான் போவான் என்பது இந்தக் கதையின் மூலம் உணர்த்தப்பட்டுள்ளது.

[இந்தக் கதை நரி விருத்தத்தின் பதினான்காம் பாடலில் சொல்லப்பட்டுள்ளது]

இந்தக் கதை ஜீவசம்போதனை என்னும் நூலில் உலகம் என்னும் பிரிவின் கீழ் சுகுமாரன் கதை என்னும் தலைப்பில் இடம்பெற்றுள்ளது.

4. பொன் மயில் கதை

அறச்செயல்களில் மிகவும் ஈடுபாடு கொண்ட ஒருவன், ஒரு சினாலயத்தைக் கட்டினான். அதில் அருகன் உருவத்தைப் படைத்து எல்லா ஏற்பாடுகளையும் செய்துவிட்டான். அதற்குள் அவன் இறந்துவிட்ட காரணத்தால் நாள்தோறும் செய்யவேண்டிய பூசைக்குரிய ஏற்பாடுகளை அவனால் செய்ய முடியாமல் போய்விட்டது.

ஒளி உலகத்திற்கு அழைத்துச் செல்லப்பட்ட அவனுக்குப் போன பிறவியில் அவன் கட்டிய சினாலயத்தின் நினைவு தோன்றியது. அதன் பூசைக்கு உரிய ஏற்பாடுகளைச் செய்யாமல் விட்டதும் நினைவுக்கு வந்தது.

அவனது நிறைவேறாத ஆசையை நிறைவு செய்வதற்காக அவனுக்கு அருகன் அருள் கிடைத்தது.

ஒரு பொன்மயில் உருவம் எடுத்து நாள்தோறும் தான் கட்டிய சினாலயத்திற்குச் சென்று அங்கே இரண்டு பொன் இறகுகளை உதிர்த்து வந்தான்.

அந்தக் கோவிலுக்குப் பூசை செய்யும் அர்ச்சகனும் ஒவ்வொரு நாளும் அந்தப் பொன் இறகுகளை எடுத்து அதனை விற்றுப் பணம் பெற்று அந்தப் பணத்தில் பூசைக்கு உரிய பொருள்களை வாங்கி நடத்தி வந்தான்.

'நாள்தோறும் தங்க இறகு தரும் இந்த மயிலை நாம் பிடித்துக்கொண்டு எல்லா இறகுகளையும் பறித்துக்கொண்டால் என்ன?' என்னும் எண்ணம் அந்தப் பேராசை கொண்ட அர்ச்சகனுக்கு ஏற்பட்டது.

ஒருநாள் அந்தப் பொன் மயில் வரும் வேளையில் வெளியே வந்தான். வந்த பொன்மயில் அங்கே இரண்டு பொன் இறகுகளை உதிர்த்துவிட்டுப் பறக்க எழுந்தது.

உடனே அந்த அர்ச்சகன் பாய்ந்து சென்று அந்தப் பொன்மயிலின் இறக்கையைப் பிடித்தான்.

அர்ச்சகனின் பேராசையை அறிந்துகொண்ட பொன் மயில் அவனையும் தூக்கிக்கொண்டு மேலே பறந்தது.

மயில் மேலே பறந்து போய்க்கொண்டிருக்கும்போது அந்த அர்ச்சகனின் கைகள் வலித்தன. மயிலின் இறக்கையைப் பிடிக்க முடியாத அளவிற்கு வலி ஏற்பட்டதால் அவனது பிடி நழுவியது.

வானத்திலிருந்து கீழே விழுந்தான். விழுந்த வேகத்தில் அவனது உயிர் பிரிந்தது.

அந்தக் கோவிலுக்கு ஒவ்வொரு நாளும் தேவையான அளவிற்குப் பொன்னை அந்த மயில் உதிர்த்து வந்த போதும் பேராசையின் காரணமாக அந்த அர்ச்சகன், தனது உயிரை இழக்க நேரிட்டது.

அந்த அர்ச்சகனைப்போல் பேராசை கொள்ளாமல் இந்த உலகத்தில் வாழ்வதற்குத் தேவையான பொருளை மட்டும் சேர்த்து இல்லற வாழ்க்கையை வாழ்ந்து வருவதே சிறந்த வாழ்க்கை ஆகும்.

[இந்தக் கதை நரி விருத்தத்தின் பதினெட்டாம் பாடலில் சொல்லப்பட்டுள்ளது]

5. பிட்டு வணிகன் கதை

ஜயசேன மகாராஜன் என்பவன் தனது நாட்டை நல்ல முறையில் ஆண்டு கொண்டிருந்தான். அவனுக்கு ஒரு சினாலயம் கட்ட வேண்டும் என்னும் எண்ணம் தோன்றியது. அதற்குத் தேவைப்படும் செங்கற்களைத் தனது குடிமக்களிடம் கேட்டான்.

மன்னனது வேண்டுகோளை மக்கள் ஏற்றுக்கொண்டு செங்கல்லைக் கொண்டுவந்தார்கள்.

உலோலுபன் என்னும் பிட்டு வணிகன் ஒருவன் அங்கே நாள்தோறும் வந்து பிட்டு விற்பது வழக்கம்.

பிட்டு விற்றுக்கொண்டிருக்கும்போது ஒரு நாள்...

சினாலயம் கட்டுவதற்காகச் செங்கல் கொண்டுபோன ஒருவனைத் தடுத்து, அவனுக்குப் பிட்டும் சிறிது பொருளும் கொடுத்து, தனது தேவைக்காகச் சில செங்கற்களைக் கேட்டுப் பெற்றுக்கொண்டான்.

செங்கல்லை அந்தப் பிட்டு வணிகன் வீட்டிற்கு எடுத்துச் சென்றான். அவன் கொண்டுபோன செங்கல்களில் ஒரு செங்கல் உள்ளே தங்கமாக இருந்தது. அதனைக் கண்டதும் ஒவ்வொரு நாளும் செங்கல் கொண்டு வருகிறவனுக்குப் பிட்டும் பொருளும் கொடுத்து, செங்கல்லை எல்லாம் தனது வீட்டில் பத்திரமாக வைத்துக்கொண்டான்.

அவனுக்கு ஒரு மகனும் மகளும் இருந்தனர். மகளுக்குத் திருமணம் ஆகிவிட்டது. மகளைப் போய்ப் பார்த்து வரவேண்டும் என்னும் ஆசை தோன்றியதால் அவன், மகள் வீட்டிற்குப் புறப்பட எண்ணினான். போவதற்கு முன்பாக, தனது மகனை அழைத்து நாள்தோறும் செங்கல் வாங்கி வைத்துக்கொள்ளுமாறு கேட்டுக்கொண்டான்.

செங்கல் வாங்குவதற்கு மறந்து வாங்காமல் விட்டுவிட்டான் அவனது மகன்.

பிட்டு வணிகன், மகளைப் பார்த்துவிட்டுத் திரும்பி வந்தான். அவனது மகன் செங்கல்லை வாங்காமல் இருந்ததைக் கண்டு கோபம் கொண்டான். தங்கச் செங்கல்லை வாங்காமல் விட்ட மகன்மேல் பெருங்கோபம் கொண்டான். ஒரு செங்கல்லை எடுத்து அவனது தலையில் அடித்தான். தங்கச் செங்கல் வாங்காமல் ஊருக்குப்போன தனது காலையும் செங்கல்லால் அடித்துக் கொண்டானாம்.

தலையில் அடிபட்ட மகன் இறந்துபோனானாம். அந்தச் செய்தி மன்னனுக்குத் தெரிந்தது. அவனுக்கு சித்ர தண்டனை வழங்குமாறு தனது காவலர்களுக்கு அறிவித்தான். சித்ர தண்டனை என்பது பல வகையான தண்டனைகளை வழங்கிக்கொண்டே இருப்பது. ஒருநாள் தடியடி என்றால் இன்னொரு நாள் பூச்சிகளை விட்டுக் கடிக்கச் செய்தல். இப்படி வேறு வேறான தண்டனைகளை வழங்குவது சித்ர தண்டம் எனப்படும். சித்திர வதை என்பதும் இதுவே ஆகும்.

காவலர்கள் அவனுக்குத் தடியடியையும் வேறு பலவற்றையும் தண்டனையாக வழங்கினர். அவன் மரணம் அடைந்த பிறகு கீரியாகப் பிறந்தான் என்று சொல்லப்படுகிறது.

[இந்தக் கதை நரி விருத்தத்தின் பத்தொன்பதாம் பாடலில் சொல்லப்பட்டுள்ளது]

இந்தக் கதை ஸ்ரீபுராணம் என்னும் நூலில் ஆதி புராணம் என்னும் பிரிவின்கீழ் கீரி என்னும் தலைப்பில் இடம்பெற்றுள்ளது.

6. நாகதத்தன் கதை

குபேர தத்தன் என்பவன் நல்ல குணம் கொண்டவனாக வாழ்ந்து வந்தான். அவனது மனைவியின் பெயர் சுதத்தை. அவர்களது இல்வாழ்க்கையின் பயனாக ஓர் ஆண் குழந்தையும் ஒரு பெண் குழந்தையும் பிறந்தனர்.

மகனது பெயர் நாக தத்தன். எவ்வளவோ நல்ல வழிகளை எடுத்துச்சொல்ல முயன்றும் அவற்றைப் பின்பற்றாமல் நாக தத்தன் தீய வழிகளிலேயே வாழ்ந்தான். பேராசை மிக்கவனாக இருந்தான்.

அவனது தந்தையார் நடத்திய கடையில் தந்தைக்குத் தெரியாமல் பொருள்களை விற்கும்போது தனக்கு என்று தனியே ஒரு சேமிப்பைச் செய்து வந்தான்.

நாக தத்தனின் தங்கைக்குத் திருமண ஏற்பாடு செய்யப்பட்டது. அதற்காக அவனது தாயார் ரத்தினங்களை அவர்களின் கடையிலேயே வாங்கினார்.

தான் விற்கும் எல்லாப் பொருள்களிலும் தனக்கென ஒரு தனி விலை வைத்து விற்றுப் பணத்தைத் தனியாக எடுத்துக்கொண்டிருந்த நாக தத்தனால் இந்த வியாபாரத்தில் தனியாகப் பணம் அடிக்க முடியவில்லை.

இந்தக் கவலை அவனைப் பெரிதும் வாட்டியது. பேராசையால் ஏற்பட்ட இந்தப் பெருங்கவலையின் காரணமாக அவனது உயிர் பிரிந்தது. அடுத்த பிறவியில் அவன் குரங்காகப் பிறந்தான்.

எப்பொருள் நமக்கு விதிக்கப்பட்டிருக்கிறதோ அதனை நேரிய முறையில் பெற்று வாழ்வதே சிறந்த வாழ்க்கை ஆகும்.

[இந்தக் கதை நரி விருத்தத்தின் இருபதாம் பாடலில் சொல்லப்பட்டுள்ளது]

இந்தக் கதை ஸ்ரீபுராணம் என்னும் நூலில் ஆதிபுராணம் என்னும் பகுதியில் குரங்கு என்னும் தலைப்பில் இடம்பெற்றுள்ளது.

7. அரிவரன் கதை

அரிவரன் என்பவன் நல்ல ஒழுக்கத்துடன் வாழ்ந்து வந்தான். தன்னிடம் இருந்த தீய குணங்களைக் கொஞ்சம்கொஞ்சமாக அகற்றி வந்தான். நரியின் பேராசையினால் நரி உயிரைவிட்டது என்னும் கதையைக் கேட்ட பின் முழுவதுமாக அவன் நல்லொழுக்க வாழ்க்கையை மேற்கொள்ளத் தொடங்கினான்.

அருகே இருந்த ஒரு முனிவரை நாடிச் சென்று அவரிடம் ஞானத்தைக் கேட்டு அறிந்தான். அவர்கள் சொன்ன ஞானத்தை உணர்ந்து வாழ்நாள் முழுவதும் அறத்தையே செய்து நற்கதி அடைந்தான்.

[இந்தச் சிறிய கதை நரி விருத்தத்தின் இருபத்தோராம் பாடலில் சொல்லப்பட்டுள்ளது]

இந்தக் கதை கதாகோசம் என்னும் நூலில் இடம்பெற்றுள்ளது.

8. துரியோதனன் கதை

குரு என்னும் குலத்தைச் சேர்ந்தவர்கள் அஸ்தினாபுரம் என்னும் நாட்டை ஆண்டு வந்தனர். அவர்களில் திரிதராட்டிரன் என்பவனுக்குக் கௌரவர்களும் பாண்டு என்பவனுக்குப் பாண்டவர்களும் பிறந்தனர்.

கௌரவர்களில் மூத்தவனான துரியோதனன், அஸ்தினாபுரத்தை ஆண்டு வந்தான். பாண்டவர்களில் மூத்தவனான தருமன், இந்திரப்பிரஸ்தம் என்னும் நகரைத் தலைநகராகக் கொண்டு ஆட்சி செய்து வந்தான்.

பாண்டவர்களின் ஆட்சியைக் கைப்பற்ற நினைத்த துரியோதனன், சொக்கட்டான் என்னும் சூதின் வாயிலாகப் பாண்டவரின் நாட்டைக் கைப்பற்றிக்கொண்டான்.

கௌரவர்களும் பாண்டவர்களும் செய்துகொண்ட ஏற்பாட்டின்படி பாண்டவர்கள் பன்னிரண்டு ஆண்டுகள் காட்டிற்குப் போகவேண்டும். ஒரு வருடம் யாருக்கும் தெரியாமல் வாழவேண்டும். அப்படி வாழ்ந்து திரும்பினால் அவர்களுக்கு உரிய நாட்டினைத் திருப்பித் தருவதாக ஏற்பாடு செய்தனர்.

பாண்டவர்கள் ஐவரும் காட்டுக்குச் சென்றனர். அங்கே பல வகையான துன்பங்களை அனுபவித்தனர். பிறர் அறியாமல் வாழும் காலத்திலும் பல துன்பங்களை ஏற்றனர். எல்லாவற்றையும் தாங்கிக்கொண்டு அவர்கள் நாட்டிற்குத் திரும்பினார்கள்.

நாடு திரும்பியதும் முன்பு செய்திருந்த ஏற்பாட்டின்படி தங்கள் நாட்டைத் திருப்பிக் கேட்டனர். அவர்களுக்கு நாட்டைத்

தர முடியாது என்று சொன்னான் துரியோதனன். அதன்பிறகு ஐந்து நகரத்தையாவது தருமாறு கேட்டனர். அதற்கும் துரியோதனன் ஒப்புக்கொள்ளவில்லை. ஐந்து கிராமமாவது தருமாறு கேட்டனர். அதையும் தரமுடியாது என்று சொன்னதால் ஐந்து வீடாவது தருமாறு கேட்டனர். அதையும் ஏற்றுக்கொள்ளாத துரியோதனன், "ஓர் ஊசி முனை அளவுகூட இடம் தர மாட்டேன்" என்று சொல்லிவிட்டான்.

இந்தச் சொல்தான் அவர்களுக்கு இடையே உள்ள உடன்பாட்டை முறிக்கிறது. சகோதர உறவுக்குள் சண்டை போடக்கூடாது என்னும் எண்ணம்தான் அவர்களை இவ்வளவு இறங்கிவர வைத்தது. எதற்குமே ஒப்புக்கொள்ளவில்லை துரியோதனன்.

கௌரவர்களுக்கும் பாண்டவர்களுக்கும் போர் நடைபெற்றது. குருஷேத்திரம் என்னும் இடத்தில் இந்தப் போர் பதினெட்டு நாள் நடைபெற்றது. போரின் முடிவில் துரியோதனன் உட்பட அனைவரும் இறந்தனர்.

பிறரது பொருள் மேல் ஆசை கொண்டு அதனை அபகரித்து, துரியோதனன் போல் நன்றாக வாழலாம் என்று நினைப்பவர்கள் அழிவார்கள் என்பதனை இந்தக் கதை உணர்த்துகிறது.

[இந்தக் கதை நரி விருத்தத்தின் இருபத்திரண்டாம் பாடலில் சொல்லப்பட்டுள்ளது]

9. காகுத்தன் கதை

காகுத்தன் என்னும் வணிகன், வெளியூருக்குப் போய்க்கொண்டிருந்தான். வழியில் ஒரு பணக்காரக் கூனிப் பெண்ணும் அவனுடன் வெளியூருக்கு நடந்தாள். அந்தக் கூனி நிறைய நகை அணிந்திருந்தாள். அந்த நகைகளைக் கவர்ந்துகொள்ள வேண்டும் என்னும் எண்ணம் காகுத்தனுக்கு ஏற்பட்டது.

அவர்கள் வழிநடந்து போய்க்கொண்டிருக்கும் போது தண்ணீர் குறைவான ஒரு குளம் வந்தது. அடுத்த ஊருக்குப் போகவேண்டும் என்றால் அந்தக் குளத்தில் இறங்கித்தான் போகவேண்டும்.

காகுத்தனும் கூனியும் அந்தக் குளத்தில் இறங்கி நடந்தார்கள். போய்க்கொண்டிருக்கும் போது கொஞ்சம் ஆழமான பகுதிக்கு வந்ததும் அந்தக் கூனியைத் தண்ணீருக்குள் அமுக்குக் கொன்றுவிட்டு நகைகளைத் திருடிவிடலாம் என்று திட்டமிட்டான் காகுத்தன்.

உடனே அந்தக் கூனியைத் தண்ணீருக்குள் அமுக்கினான். தண்ணீருக்குள் தத்தளித்த அந்தக் கூனி, அவனை இறுகப் பிடித்துக்கொண்டாள். அவனும் சேர்ந்து தண்ணீருக்குள் அழுத்தப்பட்டான்.

கூனி இறந்துவிட்டாள். அவளுடனே காகுத்தனும் தண்ணீரில் மூழ்கி இறந்துவிட்டான்.

கொலை செய்வதும் திருடுவதும் தவறு. அந்தத் தவற்றினைச் செய்யும்போதுகூட அறிவைப் பயன்படுத்தாமல்

அழிந்துபோனான் காகுத்தன். தான் மேட்டுப் பகுதியில் பாதுகாப்பாக நின்றுகொண்டிருந்தால் அவன் இறக்க நேரிட்டிருக்காது.

தனக்குச் சொந்தமில்லாத அடுத்தவரின் பொருளைத் திருட நினைப்பவர்கள் அந்தப் பொருளை அடைய முடியாது. திருடுவதற்காகக் கொலைத் தொழிலில் ஈடுபடுபவர்கள், கொல்லப்படுவார்கள் என்பதை இந்தக் கதை உணர்த்துகிறது. அளவுக்கு அதிகமான பேராசை ஆபத்தைத் தரும்.

[இந்தக் கதை நரி விருத்தத்தின் இருபத்து மூன்றாம் பாடலில் சொல்லப்பட்டுள்ளது]

10. தனதேவனும் சிவதேவனும்

தனதேவன் சிவதேவன் என்னும் இரண்டு நண்பர்கள் வாழ்ந்து வந்தனர். தனதேவன், வெளியூருக்குப் போவதற்கு விரும்பினான். வெளியூருக்குப் போகும்போது தன்னிடமிருந்த பெருஞ் செல்வத்தை நண்பன் சிவதேவனின் பாதுகாப்பில் கொடுத்துவிட்டுப் போக நினைத்தான்.

தனது எண்ணத்தைச் சிவதேவனிடம் தெரிவித்தான்.

"அதற்கென்ன? நீ வெளியூருக்குப் போய்விட்டு எப்போது வந்து கேட்டாலும் தந்துவிடுகிறேன்" என்று சொன்னான்.

நண்பன் என்ற காரணத்தாலும் எப்போது வந்து கேட்டாலும் தந்துவிடுவேன் என்று சொன்ன உறுதிமொழியாலும் தன்னிடம் இருந்த பெருஞ்செல்வத்தைச் சிவதேவனிடம் கொடுத்துவிட்டு வெளியூருக்குப் போனான் தனதேவன்.

வெளியூருக்குப் போய்விட்டுத் திரும்பிவந்த தனதேவன், தன் நண்பன் சிவதேவனின் வீட்டுக்குப் போனான்.

அவனை நன்கு வரவேற்ற சிவதேவன், "பயணம் எல்லாம் நல்லபடியாக நடந்ததா?" என்று கேட்டான்.

"ஆமாம்! பல நாடுகளைப் பார்த்தேன்" என்றான் தனதேவன்.

"நல்லது! வீட்டில் போய் நன்றாக ஓய்வு எடுத்துக்கொள்" என்றான் சிவதேவன்.

"உன்னிடம் கொடுத்துவிட்டுப்போன பொருளைப் பெற்றுக்கொண்டு செல்வதற்காகத்தான் வந்தேன்" என்றான் தனதேவன்.

"பொருளா? எந்தப் பொருளைச் சொல்கிறாய்?" என ஒன்றும் தெரியாதது போல் கேட்டான்.

"நான் வெளியூருக்குப் போகும்போது என்னிடம் இருந்த செல்வத்தை எல்லாம் உன்னிடம்தானே பாதுகாப்பாக வைத்துக்கொள் என்று சொல்லித் தந்துவிட்டுப் போனேன்" என்றான் தனதேவன்.

"என்ன விளையாடுகிறாயா? வெளியூருக்குப் போகிறேன் என்று சொல்லிவிட்டுப் போனாய், உண்மைதான். என்னிடம் எந்தப் பொருளையும் நீ தரவில்லையே" என்றான் சிவதேவன்.

தனதேவன் எவ்வளவோ எடுத்துச்சொன்ன பிறகும் சிவதேவன் அதனை எல்லாம் ஏற்றுக்கொள்ளாமல் அவனை வெளியே அனுப்பிவிட்டான்.

பலநாள் முயன்று சேர்த்து வைத்திருந்த பெருஞ்செல்வத்தை இழந்த தனதேவன் மிகுந்த கவலையுடன் வீட்டிற்குப் போனான்.

நண்பனின் பொருளை ஏமாற்றி எடுத்துக்கொண்ட சிவதேவன் கொஞ்சநாளில் அந்தச் செல்வத்தை எல்லாம் தகாத வழியில் இழந்தான். அது மட்டும் அல்லாமல் யாரும் அடைய முடியாத பெருந்துன்பத்திற்கும் ஆளாகி இறந்துபோனான்.

அடுத்தவர் பொருளுக்கு ஆசைப்பட்டு அதனை ஏமாற்றி எடுத்துக்கொண்டால் பெருங்கேடு வந்து சேரும் என்பது இந்தக் கதையின் வாயிலாக உணர்த்தப்பட்டுள்ளது.

[இந்தக் கதை நரி விருத்தத்தின் இருபத்து நான்காம் பாடலில் சொல்லப்பட்டுள்ளது]

இந்தக் கதை ஸ்ரீபுராணம் என்னும் நூலில் இடம்பெற்றுள்ளது.

11. பத்திர மித்திரனும் சத்திய கோடனும்

இந்தியாவை ஜம்பு தீவு என்றும் பாரத தேசம் என்றும் சொல்வார்கள். இங்கே ஹிம்மபுரம் என்னும் நகரத்தை ஹிம்மசேனன் என்பவன் ஆண்டு வந்தான். இவனிடம் சத்திய கோடன் என்னும் பட்டப்பெயருடன் ஸ்ரீபூதி என்னும் அமைச்சன் இருந்தான்.

பத்மசண்டபுரம் என்னும் ஊரில் சுதத்தன் என்பவன் வாழ்ந்து வந்தான். அவனது மனைவியின் பெயர், சுமித்திரா தேவி. இவர்களுடைய மகன், பத்திர மித்திரன் என்பவன். இவன், கப்பலில் பல நாடுகளுக்கும் சென்று பல வகையான மணிகளை ஈட்டினான்.

இவர்கள் அனைவரும் ஹிம்மபுரத்தில் குடியேற விரும்பினர். அதனால்தான் சேர்த்து வைத்திருந்த இரத்தினம் முதலான எல்லா மணிகளையும் சத்திய கோடன் என்னும் அமைச்சனிடம் கொடுத்து வைத்துவிட்டு, இங்கே குடி வந்தவுடன் பெற்றுக்கொள்கிறேன் என்றான்.

தனது ஊருக்குப் போய், தாய் தந்தையரை அழைத்துக்கொண்டு பத்திர மித்திரன், ஹிம்மபுரத்திற்கு வந்தான். வந்தவுடன், அமைச்சன் சத்தியகோடனைச் சந்தித்து, அவன் கொடுத்திருந்த பல மணிகள் அடங்கிய அந்தச் செப்பினைத் தருமாறு கேட்டான்.

“நீ யார்? உன்னை எனக்குத் தெரியாது. நீ என்னிடம் எந்தச் செப்பையும் தரவில்லை” என்றான் சத்திய கோடன். எவ்வளவோ

எடுத்துச்சொன்ன பிறகும் சத்திய கோடன் இரத்தினச் செப்பைத் தரவில்லை. அமைச்சனாக இருக்கும் அவனைத் தன்னால் தண்டிக்க இயலாது என்று கருதிய பத்திரமித்திரன், தனது செப்பை வைத்துக்கொண்டு தரவில்லை என்னும் செய்தியை ஹிம்மபுரம் முழுவதும் பரப்பினான்.

நகரம் முழுவதும் இந்தச் செய்தி பரவியது.

பலரும் அமைச்சனிடம் வந்து, தாங்கள் பத்திரமித்திரனுடைய இரத்தினச் செப்பினை ஏமாற்றி வைத்திருக்கிறீர்கள் என்றனர்.

அதற்கு, "அவனுடைய இரத்தினச் செப்பினைத் திருடர்கள் திருடிவிட்டார்கள். அதனால், அவனுக்குப் பைத்தியம் பிடித்துவிட்டது. பைத்தியத்தினால் இப்படி உளறுகிறான்" என்றான் அமைச்சன்.

ஹிம்மபுரத்து அரசன் ஹிம்மசேனனின் மனைவியின் பெயர் இராம தத்தை. பத்திரமித்திரன் ஒரே செய்தியை எல்லோரிடமும் சொல்வதை அறிந்தாள். பைத்தியம் என்றால் ஒரே செய்தியைச் சொல்லாமல் அவ்வப்போது வேறு ஏதாவது புலம்பித் திரிவார்கள் என எண்ணினாள். தங்கள் அமைச்சன் சத்திய கோடனை அவள் சந்தேகித்தாள்.

உடனே அரசனைச் சந்தித்து, தனது எண்ணத்தை வெளிப்படுத்தினாள்.

"உண்மையை அறிவதற்கு நீ எடுத்துக்கொள்ளும் முயற்சிக்கு நான் ஒத்துழைக்கிறேன்" என்றான் அரசன்.

சூதாட்டத்தில் வல்லவர்களை அழைத்து, சத்திய கோடனைச் சூதாட அழைக்குமாறு கேட்டுக்கொண்டாள். சூதாட்டத்திற்குப் பணயமாக அமைச்சனின் பூணூலையும் முத்திரை மோதிரத்தையும் கேட்குமாறு கூறினாள்.

சூதாட்டக் காரர்களும் அப்படியே கேட்டனர். அமைச்சன் தோற்றுவிட்டான். பூணூலையும் முத்திரை மோதிரத்தையும் இழந்தான்.

அங்கே இருந்த நிபுணமதி என்னும் தாசிப்பெண்ணை அழைத்தாள் அரசி.

அவளிடம் முத்திரை மோதிரத்தையும் பூணூலையும் கொடுத்து, "நீ, சத்திய கோடனின் வீட்டிற்குப்போய் இந்த முத்திரை மோதிரத்தையும் பூணூலையும் அவனது கருவூலக்காரனிடம் காட்டி, பத்திரமித்திரன் வைத்திருந்த செப்பினைக் கேள். அவர்கள் கொடுத்துவிடுவார்கள். பெற்றுக்கொண்டவுடன் இங்கே வா" என்று அனுப்பினாள்.

அரசியார் சொன்னது போலவே சத்திய கோடனின் வீட்டிற்குப் போய், கருவூலக்காரனிடம் முத்திரை மோதிரத்தையும் பூணூலையும் காட்டினாள். "அமைச்சர் எங்கள் வீட்டில்தான் இருக்கிறார். பத்திரமித்திரன் தந்த இரத்தினச் செப்பைப் பெற்றுவருமாறு தெரிவித்தார்" என்றாள்.

முத்திரை மோதிரத்தையும் பூணூலையும் அடையாளமாகப் பார்த்த கருவூலக்காரன் அந்த இரத்தினச் செம்பைக் கொடுத்துவிட்டான். அதனைப் பெற்றுக்கொண்ட தாசிப்பெண், நேரே அரசியாரிடம் கொண்டுவந்து கொடுத்தாள். அதை அவள், மன்னனிடம் சமர்ப்பித்து, பத்திரமித்திரனிடம் சேர்க்குமாறு கேட்டுக்கொண்டாள்.

அதனை உடனே பத்திரமித்திரனிடம் கொடுக்க விரும்பவில்லை மன்னன். அவனது உண்மைத்தன்மையைச் சோதித்தறிய விரும்பினான். அந்த இரத்தினச் செப்பிற்குள் தன்னிடமிருந்த மணிகளில் சிலவற்றையும் கலந்து வைத்துக்கொண்டான்.

பத்திரமித்திரனை அழைத்துவரச் சொன்னான்.

அவன் வந்ததும் அவனிடம் அந்த இரத்தினச் செப்பைக் கொடுத்து, "எல்லாம் சரியாக இருக்கிறதா என்று சோதித்துப்பார்" என்றான்.

செப்பினுள் இருந்த மணிகளைப் பார்த்த பத்திரமித்திரன் அதனுள்ளே வேறு மணிகளும் இருப்பதைக் கண்டு அவற்றை மட்டும் தனியே எடுத்து, "இவை என்னுடைய மணிகள் இல்லை மன்னா!" என்றான். பத்திரமித்திரனின் உண்மைத் தன்மையை அறிந்துகொண்ட மன்னன், அவனுக்கு அரசில் முக்கியப் பதவியை வழங்கினான்.

சத்திய கோடனை அமைச்சர் பதவியிலிருந்து நீக்கிய மன்னன் அந்தப் பணிக்கு வேறு ஒருவனை நியமித்தான். சத்திய கோடனுக்குத் தண்டனை விதித்தான். அந்தத் தண்டனையை அனுபவித்த அவன் மரணம் அடைந்தான். அதன்பிறகு அவன் பாம்பாகப் பிறந்தான் என்று தெரிவிக்கப்பட்டுள்ளது.

[இந்தக் கதை நரி விருத்தத்தின் இருபத்து ஐந்தாம் பாடலில் சொல்லப்பட்டுள்ளது]

இந்தக் கதை, சத்திய கோஷன் வரலாறு என்னும் பெயரில் இரத்தின காண்டக சிராவகா சாரம் என்னும் நூலில் சம்யக் சாரித்திர அத்தியாயத்தில் இடம்பெற்றுள்ளது. மேரு மந்தர புராணத்திலும் உள்ளது.

12. உழவனின் கதை

விவசாயி ஒருவன் மண்வெட்டியால் மண்ணை வெட்டிக்கொண்டிருந்தான். அப்போது மண்வெட்டி ஏதோ உலோகத்தின் மீது படுவதுபோல் 'ணங்' என்று சத்தம் கேட்டது. வெட்டிய பள்ளத்தில் குனிந்து பார்த்தான். அங்கே ஒரு பாத்திரம் இருந்தது. அதனை வெளியே எடுத்தான்.

உள்ளே புதையல் ஏதாவது இருக்கிறதா என்று பார்த்தான். வெறும் பாத்திரம்தான் இருந்தது. அப்படியே அதை எடுத்துக்கொண்டு போய் ஒரு வணிகனிடம் கொடுத்தான்.

மேலே பாசி படர்ந்து இருந்த அந்தப் பாத்திரம் தங்கப் பாத்திரம் என்பதை அந்த வணிகன் அறிந்துகொண்டான். அது தங்கம் என்பது இந்த விவசாயிக்குத் தெரியவில்லை என்பதையும் உணர்ந்துகொண்டான்.

"பாசி படிந்து இருக்கிறது. இருந்தாலும் வாங்கிக் கொள்கிறேன். என்ன வேண்டும்?" என்று கேட்டான்.

"ஒரு நாழி மிளகு கொடுத்தால் போதும்" என்றான் அந்த விவசாயி.

அவன் கேட்ட ஒரு நாழி மிளகை உடனே கொடுத்துவிட்டால் இந்த விவசாயிக்குச் சந்தேகம் வரலாம் என்று நினைத்தான் வணிகன்.

"ஒரு நாழி மிளகுக்கு எல்லாம் இந்தப் பாத்திரம் பெறாது. வேண்டும் என்றால் கால் நாழி தருகிறேன். விருப்பம் இருந்தால் கொடு, இல்லை என்றால் வேறு இடம் பார்த்துக்கொள்" என்றான்.

விவசாயி அந்தப் பாத்திரத்தை வாங்கிக்கொண்டு இன்னொரு வணிகனிடம் போனான். அவனிடமும் ஒரு நாழி மிளகு கேட்டான். அந்த ஒரு நாழி மிளகைக் கொடுத்துவிட்டு அந்தப் பாத்திரத்தை வாங்கிக்கொண்டான்.

அது தங்கப் பாத்திரம் என்பதால் உடனே அதனை எடுத்துக்கொண்டு போய் ஒரு பாதாளக் கிணற்றின் அருகில் வைத்து அதன் கறை போகும்படியாகப் பூசினான்.

கொஞ்சம் கொஞ்சமாக அந்தப் பாத்திரம் பொன்னொளி வீசியது. அதனைக் கண்ட வணிகன் மிகவும் மகிழ்ந்தான்.

"ஒரு நாழி மிளகுக்கு அழகான தங்கப்பாத்திரம் கிடைத்துவிட்டது. இதை வைத்துக்கொண்டே நாம் பெருஞ்செல்வந்தன் ஆகிவிடலாம்" எனக் கனவு கண்டபடி அந்தப் பாத்திரத்தை மேலே தூக்கிப்பார்த்தான்.

கைதவறி அந்தப் பாத்திரம் கிணற்றுக்குள் விழுந்துவிட்டது. அது பாதாளக் கிணறு என்பதால் யாரும் இறங்கி எடுக்க முடியாது. இறங்கினால் உயிரோடு திரும்ப முடியாது.

ஏழை விவசாயி ஒருவனுக்குக் கிடைத்த தங்கப்பாத்திரத்தை ஏமாற்றி வாங்கிய வணிகன், அது கிணற்றுக்குள் விழுந்ததால் மிகவும் கவலை கொண்டான்.

"கழுவாமல் வைத்திருந்தால் நமக்கு அந்தப் பாத்திரம் கிடைத்திருக்குமே!" என்று நினைத்து நினைத்துப் புலம்பினான். அப்படியே பைத்தியமாகிவிட்டான். 'கழுவாமல் வைத்திருந்தால்.... கழுவாமல் வைத்திருந்தால்...' என்று புலம்பிக்கொண்டு திரிந்தான்.

அந்தப் பாத்திரத்தை முதலில் நாழி மிளகு கொடுத்து வாங்காமல் விட்டுவிட்ட வணிகனும் "நாழி மிளகு கொடுத்து வாங்காமல் விட்டுவிட்டோமே!" என்று நினைத்து நினைத்துப் புலம்பிப் பைத்தியமாகிவிட்டான்.

'நாழி மிளகு கொடுத்திருந்தால்... நாழி மிளகு கொடுத்திருந்தால்...' என்று புலம்பிக்கொண்டு திரிந்தான்.

நாழி மிளகைப் பெற்றுக்கொண்டு எப்போதும் போல் தனது வேலைகளைச் செய்துகொண்டு மகிழ்ச்சியாக இருந்தான் அந்த விவசாயி.

பிறரை ஏமாற்றிப் பெற்ற பொருள் நம்மிடம் நிலைத்திருக்காது. அது நம்மைவிட்டு நீங்கிவிடும். நீங்குவதோடு மட்டும் அல்லாமல் அது நமக்குத் துன்பத்தையும் தந்துவிடும் என்னும் உண்மையை இந்தக் கதை உணர்த்துகிறது.

[இந்தக் கதை நரி விருத்தத்தின் இருபத்து ஆறாம் பாடலில் சொல்லப்பட்டுள்ளது]

இந்தக் கதை ஜீவசம்போதனை என்னும் நூலில் உலோப கஷாயம் என்னும் பிரிவின் கீழ் குடியானவன் கதை என்னும் தலைப்பில் இடம்பெற்றுள்ளது.

13. பாம்பாய்ப் பிறந்த கருமி

தரணி ஜயம் என்னும் நாட்டில் படஹஸ்தன் என்னும் வணிகன் ஒருவன் இருந்தான். பெருஞ்செல்வம் தன்னிடம் இருந்த பிறகும் அதனை அனுபவிக்காமல் பிறருக்கும் கொடுக்காமல் பாதுகாத்து வந்தான். நாள்தோறும் தனது உணவுக்குக்கூட அதனைப் பயன்படுத்தாமல் பழைய மாவைக் கூழாக்கிக் குடித்து வந்தான். போர்வைகூட வாங்காமல் கையையே போர்வையாக்கி வாழ்ந்து வந்தான்.

அவ்வளவு கருமியாக இருந்த அவன் சேர்த்துவைத்த பொருளை எல்லாம், ஒரு பொன் எருதாய் உருவாக்கி வைத்துவிட்டு அதற்கு இணையாக இன்னொரு எருது உருவாக்குவதற்குப் பொருள் தேடி அலைந்தான்.

ஆற்றில் விறகுகள் அதிகம் வருவதைப் பார்த்து அதனைச் சேகரித்தான். இருள் சூழ்ந்தது. இரவில் தன் தலையில் மண்ணினால் விளக்கு உருவாக்கி அதில் தீபம் ஏற்றினான். விறகினைத் தேடினான்.

ஆற்றில் தீபம் எரிவதைப் பார்த்த மன்னன், காவலர்களிடம் அதுபற்றிக் கேட்டான்.

அவர்கள், “படஹஸ்தன் என்னும் வணிகன் ஆற்றில் எதையோ தேடுகிறான்” என்றார்கள்.

“அவனை உடனே அழைத்து வாருங்கள்” என்றான் மன்னன்.

மன்னனிடம் வந்த வணிகனிடம், “ஆற்றில் என்ன தேடினாய்?” என்று கேட்டான் மன்னன்.

"தொலைந்துபோன இணை எருது ஒன்றினைத் தேடினேன்" என்றான்.

"ஆற்றில் எருதைத் தேடாதே! இந்த எருதினை வைத்துக்கொள்" என ஒரு எருதினைக் கொடுத்தான்.

"இந்த எருது எனது எருதுக்கு இணை ஆகாது" என்றான்.

"அப்படி என்றால் இந்த வணிகன் வீட்டில் இருக்கும் எருதைக் கொண்டு வாருங்கள்" என்றான் மன்னன்.

வணிகன் வீட்டிலிருந்த தங்க எருதைக் கொண்டு வந்தார்கள்.

அதைப் பார்த்து வியந்த மன்னன், "இவ்வளவு தங்கத்தை வைத்திருப்பதற்கு இவன் தகுதி உடையவன் அல்லன்" என்று சொல்லி அந்தத் தங்க எருதை அவனே வைத்துக்கொண்டான்.

தங்க எருதினை இழந்த வருத்தத்திலேயே அந்தக் கருமி இறந்துவிட்டான். அடுத்த பிறவியில் அவன் பாம்பாகப் பிறந்தான். அவனுடைய மகனையே கடித்துவிட்டது அந்தப் பாம்பு. அந்தப் பாம்பை அடித்துக் கொன்றுவிட்டார்கள். அது கொடிய நரகத்திற்குப் போனது.

பாடுபட்டுச் சேர்த்தவற்றில் நமது தேவைக்கு மேல் இருக்கும் பொருளை நல்ல செயல்களில் செலவழிக்க வேண்டும். அப்படி நல்ல செயல்களுக்குக் கொடுக்காதவர்கள் வாழ்நாள் முழுவதும் மட்டும் அல்லாமல் இறந்த பிறகும் துன்பப்படுவார்கள் என்பதை இந்தக் கதை தெரிவிக்கிறது.

[இந்தக் கதை நரி விருத்தத்தின் இருபத்து ஏழாம் பாடலில் சொல்லப்பட்டுள்ளது]

இந்தக் கதை ஜீவசம்போதனை என்னும் நூலில் லோபம் என்னும் பிரிவின் கீழ் படஹஸ்தன் கதை என்னும் தலைப்பில் இடம் பெற்றுள்ளது.

14. உறித் துறவியார் கதை

திருடன் ஒருவன், தன்னை உலகத்தார்க்குத் துறவியாகக் காட்டிக் கொள்வதற்காகப் பகலில் எப்போதும் துறவி வேடத்துடன் இருப்பான்.

ஓர் ஆலமரக் கிளையில் ஓர் உறியினைக் கட்டித் தொங்கவிட்டு, அந்த உறியின் மேல் உட்கார்ந்து தவம் செய்துகொண்டிருப்பான். அதனால், அவனை மக்கள் உறித்துறவியார் என்றே அழைத்து வந்தனர்.

பகல் முழுவதும் இப்படி உறியிலேயே இருக்கும் இந்தத் துறவி, இரவு நேரங்களில் பதுக்கி வைத்திருக்கும் கன்னக்கோலை எடுத்துக்கொண்டு போய் செல்வந்தர்களின் வீடுகளில் திருடும் வழக்கத்தைக் கொண்டிருந்தான்.

ஒரு நாள் இரவில்...

கன்னக்கோலை எடுத்துக்கொண்டு போய் ஒரு வணிகனின் வீட்டின் சுவரைத் துளைத்தான். உள்ளே போய் அங்கே இருந்த விலைமிகுந்த பொருள் அனைத்தையும் கொள்ளையடித்துக் கொண்டு வந்து பதுக்கிவிட்டான்.

பல வீடுகளில் இரவில் கொள்ளை போவது பற்றிய செய்தி மன்னனுக்குச் சென்றது. எப்படியாவது அந்தத் திருடனைப் பிடிக்கவேண்டும் என்று மன்னன் இரவுக்காவலைப் பலப்படுத்தினான்.

வணிகன் வீட்டில் பெருஞ்செல்வத்தைத் திருடிக்கொண்டு வந்த திருடனைப் பார்த்துவிட்டார்கள் காவலர்கள். அவன் எங்கே

பொருளைப் பதுக்குகிறான். என்ன செய்கிறான் என்பதை அறிந்துகொள்வதற்காக அவனைப் பின்தொடர்ந்தார்கள்.

அடுத்தநாள் காலையில் அவன் உறியில் ஏறித் துறவிபோல் உட்கார்ந்திருப்பதைக் கண்டு மன்னனிடம் தெரிவித்தார்கள்.

மன்னன் உறியில் இருந்த துறவியைப் பிடித்துத் தண்டித்தான். அந்த உறியிலேயே அவனைத் தூக்கில் மாட்டினான் என்று இந்தக் கதை சொல்லப்பட்டுள்ளது.

பகல் முழுவதும் துறவிபோல் இருக்கும் ஒருவன், இரவு முழுவதும் பொருளைத் திருடி அதனை அவனும் அனுபவிக்காமல் சேர்த்து வைத்து அகப்பட்டுக்கொண்டான்.

பிறர் பொருளைக் கவர்ந்துகொண்டு தானும் அனுபவிக்காமல் வாழ்ந்த துறவி, அவன் இருந்த உறியிலேயே உயிரைவிடும் துன்பம் நேர்ந்துவிட்டது.

எனவே யாரும் மற்றவர் பொருளைத் திருட நினைக்கக்கூடாது. பொய் வேடம் போட்டுத் திருடினாலும் அகப்பட்டுவிடுவோம் என்னும் உண்மையை உணர்ந்துகொள்ள வேண்டும். ‘பலநாள் திருடன் ஒருநாள் சிறையில்’ என்னும் பழமொழி இப்படிப்பட்டவர்களை உணர்த்துவதற்காகத்தான் தோன்றியுள்ளது.

[இந்தக் கதை நரி விருத்தத்தின் இருபத்து எட்டாம் பாடலில் சொல்லப்பட்டுள்ளது]

இந்தக் கதையும், உறித்தாபதன் வரலாறு என்னும் பெயரில் இரத்தின காண்டக சிராவகா சாரம் என்னும் நூலில் சம்யக் சாரித்திர அத்தியாயத்தில் இடம்பெற்றுள்ளது.

15. தாடிக்காரன் கதை

ஏழை வணிகன் ஒருவன் இருந்தான். சோம்பேறியாக இருந்த அவன் முகத்தில் தாடி வளர்ந்திருந்தது. அதனால், அவனைத் தாடிக்காரன் என்றே எல்லோரும் அழைத்தனர்.

அந்தத் தாடிக்காரன், தனக்கு வணிகம் செய்வதற்குக் கைப்பொருள் இல்லை என்று கவலைப்பட்டான். எப்படிக் கைப்பொருள் திரட்டுவது என்று சிந்தித்தபடியே போய்க்கொண்டிருந்தான்.

அவன் போன பாதையில் ஓர் ஆயர்பாடியைக் கண்டான். அவர்களிடம் குடிப்பதற்கு மோர் கேட்டான். அவர்களும் ஒரு குவளை நிறைய மோரினைக் கொடுத்தார்கள். அதனைக் குடிக்கும்போது அந்த மோரின் ஒரு பகுதி அவனுடைய தாடியில் சிந்தியது. அது வெண்ணெய் எடுக்காத மோர் என்பதால் தாடியில் வெண்ணெய் ஒட்டியது.

அந்த வெண்ணெய்யைப் பார்த்த அந்தத் தாடிக்கார வணிகன், அதனைப் பத்திரமாய்ப் பாதுகாத்து வீட்டில் வைத்துக்கொண்டான்.

ஒவ்வொரு நாளும் ஆயர்பாடிக்குச் சென்று மோர் கேட்டான். அவர்களும் கொடுத்தார்கள். அதைக் குடிக்கும்போது தனது தாடியில் சிந்தும்படியாகக் குடித்து வந்தான். தாடியில் உள்ள வெண்ணெய்யைக் கொண்டுவந்து வீட்டில் சேர்த்து வைத்து வந்தான்.

சிறுகச்சிறுக வெண்ணெய் சேர்த்து அதனை உருக்கி நெய்யாக்கி விற்றுப் பணம் சேர்க்கலாம் என்று தவறாக ஆலோசனை செய்துகொண்டான்.

51

நாள்தோறும் இப்படியே செய்து வந்தான்.

காலம் கடந்தது. ஒவ்வொரு நாளும் சேர்ந்த வெண்ணெய்யைப் பார்த்துப்பார்த்து நேரத்தைப் போக்கிக் கொண்டிருந்தான். வேறு வேலை எதையும் அவன் செய்யவில்லை.

நெய் உருக்கும் அளவிற்கு வெண்ணெய் சேரவில்லை. இப்படியே அலைந்து அலைந்து வெண்ணெய் சேர்க்கும் முயற்சியிலேயே அந்தத் தாடிக்காரன் உயிரைவிட்டான்.

உழைக்காமல் பிறரிடம் கையேந்தி உண்டு வாழ வேண்டும் என்னும் எண்ணமும் முறையற்ற ஆலோசனையும் கொண்டிருந்த அந்தத் தாடிக்காரன் நரகத்திற்குப் போனான்.

தகுந்த ஆலோசனை இல்லாமல் எந்த வேலையையும் செய்தால் அதனால் வாழ்வை வளமாக்கிக் கொள்ள முடியாது. சொந்த உழைப்பை நம்பி வாழ்ந்தால் வளமாக வாழலாம் என்பதை இந்தக் கதை உணர்த்துகிறது.

[இந்தக் கதை நரி விருத்தத்தின் இருபத்து ஒன்பதாம் பாடலில் சொல்லப்பட்டுள்ளது]

இந்தக் கதையும், தாடி வெண்ணெய்க்காரன் வரலாறு என்னும் பெயரில் இரத்தின காண்டக சிராவகா சாரம் என்னும் நூலில் சம்யக் சாரித்திர அத்தியாயத்தில் இடம்பெற்றுள்ளது.

16. அரவிந்தன் கதை

அளகாபுரி என்னும் நாட்டினை அரவிந்தன் என்பவன் ஆண்டுவந்தான். அறநெறிநகள் நன்கு கற்று உணர்ந்தவன் அவன். ஆனால், அவன் அந்த அறநெறிப்படி தனது வாழ்க்கையை அமைத்துக்கொள்ளாமல் மனம் போனபடி எல்லாம் வாழ்ந்தான். உயிர்களைக் கொன்று உண்டு வாழ்ந்து வந்தான். அதனால், அவனுக்குத் தீர்க்க முடியாத தாகச்சுரம் என்னும் காய்ச்சல் நோய் ஏற்பட்டது.

நோயின் வேகம் மிகுதியாக இருந்த காரணத்தால் அவன் தனது மனம்போல் வாழ முடியவில்லை. பெருஞ்செல்வத்துடன் நாட்டை ஆளும் வாய்ப்புக் கிடைத்தும் அதனை அனுபவிக்க இயலாமல் துன்பப்பட்டான்.

அவனுக்கு அரிச்சந்திரன், குருவிந்தன் என்னும் இரண்டு மகன்கள் இருந்தனர்.

முதல் மகனாகிய அரிச்சந்திரனை அழைத்து, “என்னால் இந்த வெப்பு நோயைத் தாங்கிக்கொள்ள இயலவில்லை. எனது உடல்மேல் பூசுகிற சந்தனம் கரிந்துபோகும் அளவிற்கு வெப்பம் அதிகமாக உள்ளது. என்னை நீ உத்தர குரு நாட்டில் உள்ள சீதா நதிக்கரைக்கு அருகில் உள்ள சோலைக்கு உனது வித்தையினால் அனுப்பி வைப்பாயாக” என்று கேட்டுக்கொண்டான்.

வான மார்க்கமாக அவனை அனுப்பி வைப்பதற்காகத் தனது வித்தையைப் பயன்படுத்தினான் அரிச்சந்திரன்.

அரவிந்தன் செய்த பாவத்தினால் அந்த வித்தை பயனளிக்கவில்லை. என்ன செய்வது என்று அறியாமல் தவித்தான் அரிச்சந்திரன்.

உடல் வெப்பம் அதிகமாக்கும் அந்த நோயைத் தாங்காமல் தவித்துக்கொண்டிருந்த அரவிந்தன், கட்டிலில் படுத்திருந்தான்.

அப்போது...

சுவரில் இரண்டு பல்லிகள் சண்டை போட்டன. அதனால், பல்லியின் இரத்தம் வெளியேறி அது, அரவிந்தனின் மேனியில் விழுந்தது.

பல்லியின் இரத்தம் மேனியில் பட்டதும் சுர வேகம் தணிந்தது. "விலங்குகளின் இரத்தம் நம் உடலில் பட்டால் சுரவேகம் தணிந்துவிடும் போலிருக்கிறது" என்று நினைத்த அரவிந்தன், தனது இளைய மகன் குருவிந்தனை அழைத்தான்.

தொலைவில் நிற்கும் விலங்குக் கூட்டத்தைக் காட்டி, "விலங்குகளின் இரத்தத்தால் ஒரு குளத்தை உருவாக்கு. அந்தக் குளத்தில் நான் குளித்தால் எனது இந்தத் தாக சுர நோய் தீர்ந்துவிடும்" என்றான்.

விலங்குகளைக் கொன்று அவற்றின் இரத்தத்தில் குளிப்பது பாவம் என்று கருதிய குருவிந்தன் ஒரு முனிவரிடம் போய் ஆலோசனைக் கேட்டான்.

"உனது தந்தையார் இன்னும் சிறிது காலத்தில் மரணம் அடைந்து நரகத்திற்குப் போய்விடுவார். அதனால், விலங்குகளைக் கொன்று இரத்தக் குளம் உருவாக்க வேண்டாம். அது உனக்கும் பாவத்தைச் சேர்த்துவிடும். எந்தக் காரணத்திற்காகவும் பிற உயிர்களைக் கொல்ல நினைக்காதே! வேறு ஏதாவது செய்" என்றார்.

அதனைக்கேட்ட குருவிந்தன் எந்த வேலையும் செய்யாமல் அமைதியாக இருந்தான். தொடர்ந்து அரவிந்தன் வற்புறுத்திக் கொண்டே இருந்தான்.

தந்தையின் வேண்டுகோளைத் தீர்ப்பதற்கு ஒரு வழியைத் தேடினான். விலங்குகளின் இரத்த நிறம் போன்றே தோன்றும் வண்ணப் பொடிகளைச் சேர்த்து ஒரு இரத்தக்குளம் போன்ற இரத்த நிறக் குளத்தை உருவாக்கினான்.

பெருஞ்செல்வத்தைக் கண்டவன் மகிழ்வதுபோல் மகிழ்ந்த அரவிந்தன் அந்தக் குளத்தில் இறங்கிக் குளித்தான். குளித்துக்

கொண்டிருக்கும்போது அந்த வண்ண நீரை வாய்க்குள் எடுத்துக் கொப்பளித்தான். அப்படிக் கொப்பளிக்கும்போது அது இரத்தக்குளம் இல்லை. ஏதோ ஒரு வண்ணத்தால் உருவாக்கப்பட்ட குளம் என்று உணர்ந்தான். தனது இளைய மகன் தன்னை ஏமாற்றிவிட்டான் என்று அறிந்தான். அவனை உயிருடன் விடக்கூடாது என்று தனது வாளை உருவிக்கொண்டு வெட்டுவதற்குப் பாய்ந்தான்.

உணர்ச்சிவயப்பட்டுச் செயலில் வேகமாக இறங்கிய அவனது கால் இடறிக் கீழே விழுந்தான். அவன் கையிலிருந்த வாளிலேயே வெட்டுப்பட்டு இறந்துபோனான். இறந்தவன் நரகத்தை அடைந்தான் என்று இந்தக் கதை தெரிவிக்கிறது.

எந்தக் காரணத்திற்காகவும் பிற உயிர்களைக் கொன்று அதனால் நம்மை நாம் பாதுகாத்துக் கொள்ளலாம் என்று நினைத்தால் அதுவே நமக்குத் துன்பத்தைத் தந்துவிடும் என இந்தக் கதை உணர்த்துகிறது.

[இந்தக் கதை நரி விருத்தத்தின் முப்பதாம் பாடலில் சொல்லப்பட்டுள்ளது]

இந்தக் கதை ஸ்ரீபுராணம் என்னும் நூலில் ஆதிபுராணம் விருஷப சுவாமி புராணத்தில் அரவிந்தன் சரிதம் என்னும் தலைப்பில் இடம்பெற்றுள்ளது.

17. சத்தியபாமை கதை

மகத நாட்டில் உள்ள அசல கிராமத்தில் தரணி ஜடன் என்னும் அந்தணன் வாழ்ந்து வந்தான். அவனது மனைவியின் பெயர் அக்னிலை. இவர்களுக்கு இரண்டு மகன்கள். ஒருவன் பெயர் இந்திரபூதி, இன்னொருவன் பெயர் அக்னிபூதி.

தரணிஜடன் என்னும் அந்த அந்தணனுக்கு ஒரு தாசியுடன் தொடர்பு இருந்தது. அவளிடம் பிறந்த மகன் கபிலன் என்பவன். இவனுக்கு அறிவு அதிகம். இந்திரபூதியும் அக்னிபூதியும் வேதங்களைப் படிக்கும்போது அதனைக் கேட்டே இந்தக் கபிலனும் வேதங்களைக் கற்றுக்கொண்டான்.

தாசியின் மகன், தனது மகன் என்றாலும் அவனுக்கு வேதங்களைக் கற்றுக்கொள்ளும் தகுதி கிடையாது என்று கருதிய தரணிஜடன், அவனை, நாடு கடத்த ஏற்பாடு செய்துவிட்டான்.

இரத்தினபுரம் என்னும் நகரத்தை ஸ்ரீஷேணன் என்னும் மன்னன் ஆண்டு வந்தான். அந்த நகருக்குக் கபிலன் வந்தான். அவன் தன்னை அந்தணன் என்று அறிமுகப்படுத்திக்கொண்டு தான் கற்ற வேதங்களை ஒப்பித்தான். அவனுக்குத் தேவையான வசதிகளைச் செய்து கொடுத்தான் ஸ்ரீஷேணன்.

அந்த நாட்டில் சத்யகன் என்னும் அந்தணனுக்கும் ஜம்பு என்பவளுக்கும் மகளாகப் பிறந்து பருவம் அடைந்திருந்தாள் சத்யபாமை.

கபிலனை அந்தணன் என்று கருதிய ஸ்ரீஷேணன், அவனுக்குச் சத்தியபாமையைத் திருமணம் செய்துகொடுக்க ஏற்பாடு செய்தான். திருமணம் முடிந்து இருவரும் நீண்டநாள் வாழ்ந்தார்கள்.

கபிலன் மிகவும் வசதியாக வாழ்ந்து வருவதை அறிந்த தரணிஜடன் தனது மகனிடம் வந்து சேர்ந்துகொண்டான்.

கபிலனிடம் தகாத வழக்கங்களும் இருந்தன. அதனைச் சத்தியபாமை அறிந்துகொண்டாள். உண்மையைத் தெரிந்துகொள்ள வேண்டும் என்று அவள் முயற்சி செய்தாள். அது முடியாமல் போய்க்கொண்டே இருந்தது.

ஒருநாள், பலவகையான மணிகளைத் தரணிஜடனின் பாதத்தில் வைத்து வணங்கிவிட்டு, சத்யபானை "இவற்றை எல்லாம் தாங்கள் எடுத்துக்கொள்ளுங்கள். நான் கேட்பதற்கு மட்டும் மறைக்காமல் உண்மையைச் சொல்லுங்கள்" என்றாள்.

பொருளைப் பார்த்த மகிழ்ச்சியில் தரணிஜடன் ஒப்புக்கொண்டான்.

"என் கணவர் தங்கள் மகன்தானா?" என்று கேட்டாள்.

பல வகையான மணிகளைப் பார்த்த மகிழ்ச்சியிலிருந்த தரணிஜடன், "அவன் என் தாசியின் மகன்" என்னும் உண்மையைச் சொல்லிவிட்டான்.

அதன்பிறகு கபிலனுடன் சத்யபாமைக்கு வாழப் பிடிக்கவில்லை.

நேரே ஸ்ரீஷேண மன்னனின் பாதத்தில் விழுந்து வணங்கினாள். கபிலன் பற்றிய உண்மைகளை எடுத்துரைத்தாள்.

அதனைக்கேட்ட மன்னன், "நன்றாக ஆராய்ந்து பார்க்காமல் அவனை உனக்குத் திருமணம் செய்விக்குமாறு சொல்லிவிட்டேன். நீ இங்கேயே இருந்துகொள்" என்று சொல்லிவிட்டு, கபிலனை நாட்டைவிட்டுத் துரத்திவிட்டான்.

தாசி மகனுடன் வாழ்ந்ததால் ஏற்பட்ட தனது தூய்மைக் கேட்டைப் போக்குவதற்காகச் சத்தியபாமை பல விரதங்கள் இருந்தாள். அந்த வேளையில் ஆதித்திய கதி, அரிஞ்சயர் என்னும் சாரணர்கள் அரண்மனைக்கு வந்தனர். அவர்களுக்கு வேண்டிய வசதிகளைச் செய்து கொடுத்தான் ஸ்ரீஷேண மன்னன். அந்தச் சாரண முனிவர்களை வரவேற்று அவர்களுக்கு உணவு வழங்கி வந்த காரணத்தால் சத்யபாமை, கபிலனால் தனக்கு ஏற்பட்ட பாவம் நீங்கியதாக நினைத்தாள்.

ஸ்ரீஷேண மன்னனுக்கு இரண்டு மகன்கள் இருந்தனர். இந்திரசேனன், உபேந்திரசேனன் என்பது அவர்கள் பெயர். அவர்கள் இருவரும் அனந்தமதி என்னும் தாசிக்காகச் சண்டை போட்டனர். இதனைக்கண்ட ஸ்ரீஷேண மன்னன் மிகவும் மனம் வருந்தினான். நச்சு மலர் ஒன்றை எடுத்து மோந்து உயிரை விட்டான். அவனது மனைவியும் நச்சு மலரை மோந்து உயிரை விட்டாள். அரண்மனையில் இருந்த சத்யபாமையும் அந்த நச்சுமலரை மோந்து உயிர் துறந்தாள்.

சாரண முனிவர்களுக்கு உணவு வழங்கிப் பாதுகாத்த காரணத்தால் அந்தச் சத்தியபாமை அடுத்த பிறவியில் ஓர் அந்தணனுக்கு மனைவியாகும் நல்ல பேற்றினைப் பெற்றாள்.

நாம் வாழும் காலத்தில் நல்ல செயல்களை நம்மால் முடிந்த அளவிற்குச் செய்தால் அது நமக்கு இந்தப் பிறப்பிலும் வரும் பிறப்பிலும் நன்மையைத் தரும்.

[இந்தக் கதை நரி விருத்தத்தின் முப்பத்தோராம் பாடலில் சொல்லப்பட்டுள்ளது]

இந்தக் கதை, சிரிசேனர் வரலாறு என்னும் பெயரில் இரத்தின காண்டக சிராவகா சாரம் என்னும் நூலில் சம்யக் சாரித்திர அத்தியாயத்தில் இடம்பெற்றுள்ளது.

18. அக்னிலா என்னும் இயக்கி கதை

திருமலை என்னும் நகரில் சோம சன்மா என்னும் ஓர் அந்தணன் வாழ்ந்து வந்தான். அவனது மனைவி அக்னிலா. மிகவும் ஏழ்மை நிலையில் இருவரும் வாழ்ந்து வந்தனர். அவர்களின் இல்லறத்தின் பயனாய் இரண்டு மகன்கள் பிறந்தனர்.

ஒரு நாள்...

வரதத்தாசாரிய ஜினர் என்னும் முனிவர் தெரு வழியில் மிகவும் பசியுடன் வருவதைக் கண்டாள் அக்னிலா. அவரை வீட்டிற்கு அழைத்து வீட்டில் இருந்த சிறிதளவு உணவை அந்த முனிவருக்கு முறைப்படி வழங்கினாள்.

சைன முனிவருக்கு உணவு வழங்கியதைக் கண்ட சோமசன்மா என்னும் அவளது கணவன், அவளைப் பலவாறு துன்புறுத்தினான். அவனது உறவினர்களும் அவனைப் பலவாறு தூண்டிவிட்டதால் அவன் தொடர்ந்து துன்பம் கொடுத்துக்கொண்டே இருந்தான். அந்தத் துன்பத்தைத் தாங்க இயலாத அக்னிலா தனது மகன்கள் இருவருடன் திருமலைக்குப் போய் அந்தச் சைன முனிவரிடம் முறையிட்டாள்.

சோமசன்மாவும் அவனுடைய உறவினர்களும் அந்தப் பெண்ணுக்கு இழைத்த கொடுமைகளை அறிந்த அந்த முனிவர் மனம் வருந்தினார்.

"எனக்குத் தாங்கள் சமண தர்மத்தைப் போதிக்க வேண்டும்" என்று முனிவரைப் பார்த்துக் கேட்டாள் அக்னிலா.

முனிவரும் அவளுக்கு முறைப்படி சமண தர்மத்தைப் போதித்தார். அதன்படி அங்கேயே தங்கியிருந்தாள்.

இந்த வேளையில் சோமசன்மா வாழ்ந்து வந்த ஊரில் தீப்பிடித்து எரிந்தது. அந்தணர்கள் வாழ்ந்த எல்லா வீடுகளும் எரிந்தன. சோமசன்மாவின் வீடு மட்டும் எரியாமல் இருந்தது.

ஆச்சரியப்பட்ட அந்தணர்கள் அந்த வீட்டின் உள்ளே சென்று பார்த்தார்கள். சைன முனிவருக்கு உணவு வழங்கிய பாத்திரம் அங்கே இருந்தது. அதில் மீதம் இருந்த உணவும் கெட்டுப்போகாமல் இருந்தது. அந்த உணவை எடுத்து அந்தணர்கள் உண்டார்கள். எடுக்க எடுக்கக் குறையாமல் அந்தப் பாத்திரத்திலிருந்து உணவு வந்துகொண்டே இருந்தது.

அந்தணர்கள் அனைவரும் அக்னிலாவின் சிறப்பை உணர்ந்தார்கள். அவள் உணவு வழங்கிய பாத்திரம் அமுத சுரபி என்பதையும் அக்னிலா உயர்ந்த பெண் என்பதையும் உணர்ந்தார்கள்.

சோமசன்மாவைப் பார்த்து, "உனது மனைவி நல்லவள். நீ உடனே அவளைப் போய் அழைத்து வா" என்றனர்.

சோமசன்மா, தனது மனைவி அக்னிலாவைத் தேடிச்சென்றான்.

༄༅

முனிவர் வாழ்ந்த பாழியில் இருந்த அக்னிலாவைப் பார்த்து, "இரவு நேரம் ஆகிவிட்டது. நீ இங்கே தங்குவது முறையாகாது. உலகோர் தவறாகக் கூறுவார்கள். நீ போய் வா" என்றார் முனிவர்.

அவள் வெளியே வரும்போது, காய்ந்த மரம் ஒன்று பழுத்துக் குலுங்கியது. நீர் வற்றிய குளம் ஒன்றில் நீர் ஊறியது. அந்தக் கனிகளைப் பறித்து, தனது மகன்களுக்கு வழங்கினாள். குளத்தில் ஊறிய தண்ணீரை எடுத்துக் குடிக்கக் கொடுத்தாள்.

அந்த இடத்திலேயே சமண மந்திரங்களை உச்சரித்தபடி அமர்ந்திருந்தாள்.

அக்னிலாவைத் தேடிவந்த சோமசன்மா அடுத்த நாள் காலையில் அங்கே வந்தான்.

வழியில் விலங்குகள் எவையாவது துன்புறுத்தினால் அவற்றைக் கொல்வதற்காகக் கையில் வாளுடன் வந்த அவனைக் கண்டதும், தன்னைக் கொல்வதற்குத்தான் அவன் வருகிறான்

என்று நினைத்தாள் அக்னிலா. அதனால், அருகில் இருந்த குளத்தில் குதித்து உயிரை மாய்த்துக்கொண்டாள். அவள் இயக்கி ஆனாள்.

தாயைக் காணாத மகன்கள் இருவரும் அழுதனர்.

அவர்களின் அழுகையைப் போக்க நினைத்த அந்த இயக்கி, தனது முந்தைய வடிவத்தைப் பெற்று அவர்களுக்கு ஆறுதல் சொல்லிக்கொண்டிருந்தாள்.

அக்னிலாவின் உருவத்தில் இருந்த இயக்கியின் கையைப் பிடிக்கப்போனான். "நான் செய்தது பெருந்தவறு. என்னை மன்னித்துவிடு. என்னுடன் வா" என்றான்.

"நான் சைன முனிவருக்குச் செய்த அன்னதானத்தால் இயக்கி வடிவம் பெற்றுவிட்டேன். இனிமேல் நான் இல்லற வாழ்க்கையில் இருக்கமுடியாது. உனது மகன்கள் இருவரையும் அழைத்துக்கொண்டு போ" என்றாள்.

மனைவி இயக்கியானதைத் தாங்கிக்கொள்ள இயலாத சோமசன்மா தனது இரண்டு மகன்களுடன் அந்தக் குளத்தில் விழுந்து உயிர்விட்டான். அடுத்தப் பிறவியில் அந்த இரண்டு குழந்தைகளும் அக்னிலா என்னும் இயக்கிக்கு மகன்களாகப் பிறந்தனர். சோமசன்மா அந்த இயக்கியின் வாகனமாக வாழ்ந்து எல்லோரும் நற்கதி அடைந்தனர்.

[இந்தக் கதை நரி விருத்தத்தின் முப்பத்திரண்டாம் பாடலில் சொல்லப்பட்டுள்ளது]

இந்தக் கதை ஸ்ரீசைல மகாத்மியம் என்னும் நூலில் உலகம் இடம்பெற்றுள்ளது.

19. சந்தனையார் கதை

சேடகன் என்னும் மன்னன் கௌசாம்பிக்கு அருகில் உள்ள பகுதிகளை ஆண்டுவந்தான். அவனது மகள் சந்தனை. பருவ வயது அடைந்த சந்தனை ஒருநாள் தோழியருடன் தோட்டத்தில் விளையாடிக் கொண்டிருந்தாள்.

மனோவேகன் என்னும் வித்தியாதரன் அந்தக் காட்டில் தனது மனைவி மனோவேகையுடன் தன் மனம்போல் அந்தக் காட்டில் மகிழ்ந்து இருந்தான். சந்தனையின் அழகில் மயங்கிய அவன், தன் மனைவியைத் தனது நாட்டில் கொண்டுபோய் விட்டுவிட்டு, தன்னைப்போல் ஓர் உருவத்தை அமைத்து அங்கே வைத்துவிட்டு, சந்தனையுடன் மகிழ்ந்திருந்தான். மாய உருவத்தை அமைத்து வைத்துவிட்டுப் போனதை அறிந்த மனோவேகை, காட்டிற்கு வந்து அவனை அழைத்தாள். தன் மனைவிக்குத் தெரியாமல் சந்தனையை வேறொரு காட்டில் விழச் செய்துவிட்டு மனைவியுடன் நகரத்திற்குப் போய்விட்டான்.

பூதரமணம் என்னும் காட்டில் ஐராவதி ஆற்றங்கரையில் விழுந்த சந்தனை, தனது சுற்றத்தாரைப் பிரிந்ததை நினைத்து வருந்தினாள். அன்று இரவு முழுவதும் அந்தக் காட்டிலேயே தங்கினாள். அடுத்தநாள் காலையில் வேடன் ஒருவன் அவளைப் பார்த்து ஆசை கொண்டான். அவனுக்கு நல்லறிவு புகட்டிய அவள், அவனிடமிருந்து விடுபட்டாள். அந்த வேடன், தனது வேடர் தலைவனான சிம்மகன் என்பவனிடம் ஒப்படைத்தான்.

வேடர் தலைவன், சந்தனையின் அழகில் மயங்கி அவளை அடைய விரும்பினான். அவனது தாய், அவனைத் தடுத்து, "இவளை நீ அடைய முயற்சி செய்யாதே! இவள் தேவதையாக

இருக்கலாம்” என்றாள். அந்த வேடர் தலைவனும் அச்சத்தால் அவளை விட்டுவிட்டான்.

சிலநாள் கழிந்த பிறகு, சந்தனையை அழைத்துக்கொண்டு விருபஷேனன் என்னும் வணிகனிடம் பொருளைப் பெற்றுக்கொண்டு விற்றுவிட்டான்.

விருபஷேனனின் வீட்டின் ஒரு பகுதியில் வாழ்ந்து வந்தாள் சந்தனை. விருபஷேனனின் மனைவியின் பெயர் சுப்ரபை. அவளுக்குத் தனது கணவன்மேல் சந்தேகம் ஏற்பட்டது.

இந்தப் பெண்ணுடன் தனது கணவன் தொடர்பு வைத்திருக்கிறான் என்று நினைத்து அவளைத் துன்புறுத்தத் தொடங்கினாள்.

வரகுக் கஞ்சியை மண் சட்டியில் கொடுத்தாள். வேறு உணவு எதுவும் கொடுக்கவில்லை. சந்தனையின் கால்களைச் சங்கிலியால் கட்டிப்போட்டாள்.

வர்த்தமானர் ஒருநாள் சந்தனை வாழ்ந்த பகுதிக்குப் போய்க்கொண்டிருந்தார்.

அவரைக் கண்டதும் எதிர்கொண்ட சந்தனை வணங்கினாள். தான் வழங்கும் உணவினை உண்டு செல்லவேண்டும் என்று கேட்டுக்கொண்டாள்.

தன்னிடமிருந்த வரகுக் கஞ்சியைக் கொடுத்தாள். அடுத்த நொடியில் வரகுக் கஞ்சி, அமிர்தம் போல் மாறியது. மண் பாத்திரம் தங்கப் பாத்திரம் ஆனது. சந்தனை அணிந்திருந்த ஆடை பட்டாடை ஆனது. அவள் கால்களில் கட்டப்பட்டிருந்த சங்கிலி அகன்றது.

பகவான் வர்த்தமானர் அருளால் எல்லா வளங்களையும் பெற்ற அந்தச் சந்தனை மீண்டும் தன் நாட்டிற்குச் சென்றாள். நீண்ட நாள் வாழ்ந்து பின்னர் நற்கதியை அடைந்தாள்.

[இந்தக் கதை நரி விருத்தத்தின் முப்பத்து மூன்றாம் பாடலில் சொல்லப்பட்டுள்ளது]

இந்தக் கதை ஶ்ரீபுராணம் என்னும் நூலில் வர்த்தமான சுவாமி புராணத்தில் இடம் பெற்றுள்ளது.

20. விசித்திரமதி கதை

அஸ்தினாபுரத்தை பிரீதிபத்திரன் என்னும் அரசன் ஆண்டு வந்தான். அவனது மனைவியின் பெயர் வசுந்தரி. இருவருக்கும் பிரீதிங்கரன் என்னும் மகன் பிறந்தான்.

அஸ்தினாபுரத்தின் அமைச்சன் பதவியில் சித்திரபதி என்பவன் இருந்தான். அவனது மனைவியில் பெயர் கமலை. இருவருக்கும் விசித்திர மதி என்னும் மகன் பிறந்தான்.

மன்னன் மகன் பிரீதிங்கரனும் அமைச்சன் மகன் விசித்திர மதியும் இளமையிலேயே துறவறத்தைப் பின்பற்றி, தருமரிசி என்னும் துறவியிடம் அறத்தைக் கேட்டு வந்தனர்.

அந்த முனிவனுடன் சென்ற இருவரும் அவருடன் அயோத்தியில் வாழ்ந்து வந்தனர்.

ஒவ்வொரு நாளும் பிரீதிங்கரனும் விசித்திரமதியும் பிச்சை பெறச் செல்வது வழக்கம்.

ஒரு நாள்...

புத்திசேனை என்னும் தாசி வீட்டுக்குச் சென்று பிச்சை கேட்டான் பிரீதிங்கரன். அவள் வழங்கிய பிச்சையை ஏற்றுக்கொண்ட பிரீதிங்கரன் அவளுக்கு அறவுரைகளை எடுத்துச்சொல்லிவிட்டு வந்தான்.

தான் தாசி வீட்டில் பிச்சைப் பெற்றதைப் பிரீதிங்கரன், தனது நண்பனான விசித்திர மதியிடன் சொன்னான். அதைக் கேட்டவுடன் அவனுக்கு அந்தத் தாசிமேல் விருப்பம் ஏற்பட்டது. அவளைத் தேடி அவளது வீட்டிற்குப் போனான்.

தனது துறவு வாழ்க்கையை விட்டுவிட்டு அந்தத் தாசியிடம் தனது விருப்பத்தைச் சொன்னான் விசித்திரமதி.

பிரீதிங்கரன் சொன்ன அறநெறிப்படி வாழ்ந்து வர முடிவு செய்த அந்தத் தாசி, விசித்திர மதியை ஏற்றுக்கொள்ளவில்லை.

அந்த அயோத்தியின் ஒரு பகுதியை வேறொரு மன்னன் ஆண்டுவந்தான். அவன் விலங்குகளைக் கொன்று அவற்றின் மாமிசத்தை உண்ணும் பழக்கம் கொண்டவன்.

துறவறத்தை விட்டுவிட்ட விசித்திர மதி, அந்த மன்னனைப் பார்த்து அவனுடன் நட்புக்கொண்டான். அவனும் மாமிச உணவு உண்ணத் தொடங்கினான்.

இருவருக்கும் நெருக்கமான நட்பு ஏற்பட்டதும் அந்தப் புத்தி சேனை என்னும் தாசிமேல் தான் வைத்திருக்கும் ஆசையைத் தெரிவித்தான்.

தன்னிடம் நட்புக்கொண்டுள்ள விசித்திர மதிக்காக அந்த மன்னன், புத்தி சேனையை அழைத்துவரச் செய்தான். "இவரது ஆசைப்படி நடந்துகொள்" என்றான்.

வேறு வழியில்லாமல் அந்தப் புத்திசேனை, விசித்திர மதியின் விருப்பத்திற்கு உடன்பட்டாள்.

சிறிது நாளில் விசித்திர மதி இறந்தான். நல்ல வழியில் வாழ விரும்பிய ஒரு பெண்ணின் நல்லொழுக்கத்திற்குத் துன்பம் விளைவித்ததாலும் மாமிச உணவு உண்டதாலும் அவன் நரகத்தை அடைந்தான். அங்கே மிருகமாக இருந்தான்.

[இந்தக் கதை நரி விருத்தத்தின் நாற்பத்தொன்பதாம் பாடலில் சொல்லப்பட்டுள்ளது]

இந்தக் கதை மேரு மந்தர புராணம் என்னும் நூலில் இடம் பெற்றுள்ளது.

21. யசோதரன் கதை

யசோதரன் என்பவன் காளி பக்தன். அவன் காளிக்கு விலங்குகளைப் பலியிட்டு அவற்றின் மாமிசத்தை உண்டு வந்தான்.

எந்த விலங்கும் கிடைக்காத ஒரு நாள்...

மாவினால் செய்த கோழியைக் காளிக்குப் பலி கொடுத்தான்.

எப்படியாவது விலங்குகளைப் பலி கொடுக்க வேண்டும் என்னும் எண்ணத்துடன் இருந்த அவன், விலங்கு கிடைக்காத வேளையில் மாவினால்கூடக் கோழியின் உருவத்தை உருவாக்கிப் பலி கொடுத்ததால் பல துன்பங்களை அனுபவிக்க வேண்டியதானது.

அவன் இறந்த பிறகு பல இழி பிறப்புகளை அடைந்து மிகுந்த துன்பத்திற்கு ஆளானான்

இந்தக் கதையின் வாயிலாக விலங்குகளைத் தெய்வத்தின் பெயரால் பலி கொடுப்பது பாவச்செயல் என்பது உணர்த்தப்பட்டுள்ளது.

[இந்தக் கதையும் நரி விருத்தத்தின் நாற்பத்தொன்பதாம் பாடலில் சொல்லப்பட்டுள்ளது]

22. சகரன் கதை

சகரன் என்பவன் அயோத்தி அரசனின் மகன். அரசனின் மறைவுக்குப் பிறகு அயோத்தியை ஆளும் பொறுப்புக்கு வந்தான்.

சுமதி, பத்ரா என்னும் இரண்டு மனைவியரை மணந்து இல்வாழ்க்கையில் ஈடுபட்டு வந்தான். அவனது இல்வாழ்க்கையின் பயனாக அறுபதினாயிரம் குழந்தைகள் பிறந்தன. இந்த அறுபதினாயிரம் பேரையும் சகரர் என்னும் பொதுப்பெயரால் அழைக்கின்றனர்.

அயோத்திக்கு அரசனான சகரனுக்கு இருக்கும் செல்வம் போதாது என்னும் எண்ணம் இருந்தது. அதனால், நவநிதியைப் பெறவேண்டும் என்னும் கருத்தினால் தவம் செய்தான். அந்தத் தவத்தின் பயனாக அவன் நவரத்தினக் குவியலைப் பெற்றான்.

நவரத்தினங்களைப் பெற்ற பிறகும் ஆசை தீராமல் மீண்டும் மீண்டும் பொருள் குவித்தான்.

இதே காலகட்டத்தில் இவனது மகன்கள் அறுபதினாயிரம் பேரும் ஒரு நாக அரசனின் கோபத்துக்கு இரையாகிச் சாம்பலானார்கள். இதனைச் சகரன் அறிந்திருக்கவில்லை.

சகரனின் சமையல்காரன் அறச்சிந்தனை பெற்றவன். அவன், சகரனிடம் நிலையாமை பற்றி எடுத்துக்கூறினான். ஆனால் அவற்றை அரசன் ஏற்றுக்கொள்ளவில்லை. எப்படியாவது அரசுக்கு நிலையாமையைப் போதிக்க விரும்பினான்.

அந்தச் சமையல்காரன் வேறு வடிவம் தாங்கி அரசனிடம் வந்தான்.

"மன்னா! என் ஒரே மகன் உயிரிழந்துவிட்டான். தாங்கள்தான் எப்படியாவது அவனை உயிர்ப்பித்துத் தரவேண்டும்" என்றான்.

"இறந்தவரை உயிர்ப்பித்து எழச் செய்ய இயலாது" என்று எடுத்துரைத்தான் மன்னன் சகரன்.

அவன் தொடர்ந்து பிடிவாதமாகக் கேட்டுக்கொண்டிருந்த காரணத்தால், "இதுவரை இறப்பு நிகழாத வீட்டிலிருந்து புல்லும் நெருப்பும் கொண்டு வா" என்றான்.

எல்லா இடங்களிலும் சுற்றிப் பார்த்துவிட்டு வந்த அவன், "இறப்பு நிகழாத வீடே இல்லை. அதனால் புல்லும் நெருப்பும் கிடைக்கவில்லை" என்றான்.

"இந்த உண்மையை உணர்த்துவதற்காகத்தான் உன்னை அனுப்பினேன். இறந்த உனது மகனை மீட்க முடியாது" என்றான்.

"இந்த உண்மை எனக்கு மட்டும்தானா, அல்லது எல்லோருக்கும் பொதுவானதா?" என்று கேட்டான்.

"நான் உட்பட எல்லோருக்கும் பொதுவானது" என்றான் மன்னன்.

"தங்கள் மகன்கள் அறுபதினாயிரம் பேரும் மடிந்துவிட்டார்கள்" என்றான் சமையல்காரன்.

அந்த வேளையில் சகரனின் பேரன் பகீரதனும் அங்கே வந்து அறுபதினாயிரம் பேரும் மடிந்த செய்தியைத் தெரிவித்தான். அதை அறிந்த மன்னன் மனம் வருந்தி, தனது ஆட்சியைப் பகீரதனிடம் ஒப்படைத்துவிட்டுத் துறவியானான்.

[இந்தக் கதை நரி விருத்தத்தின் ஐம்பதாம் பாடலில் சொல்லப்பட்டுள்ளது. இந்தப் பாடலில் பேராசையால் துன்பம் அடைந்த பலரையும் பொதுவாகக் குறிப்பிட்டுள்ளார் திருத்தக்க தேவர்]

ஜீவசம்போதனை என்னும் நூலில் அநித்யம் என்னும் பிரிவின் கீழ், சகரன் கதை என்னும் தலைப்பில் அமைந்துள்ளது.

1. காப்பு – அருகன் வணக்கம்

பால் நிலா மதியம் மூன்றும்
பன்மணி மிடைந்த பாங்காய்
மேல் நிலா விரித்த போலும் விளங்கு
முக் குடையின் நீழல்
தேனவாங் குளிர்கொள் பிண்டிச்
செல்வன் சேவடியை வாழ்த்தி
ஊன் அவா நரியினார் தம்
உரை சிறிது உரைக்க லுற்றேன்!

வெள்ளை நிலாக்கள் மூன்றனை எடுத்து அவற்றின் ஓரங்களில் எல்லாம் பல நிற ஒளிதரும் மணிகளைக் கோத்து ஒன்றுக்கு மேல் ஒன்றாக மூன்றையும் கவிழ்த்து வைத்ததுபோல் தோன்றும் முக்குடையின் நிழலில் வீற்றிருப்பவன் அருகன். அவன் வீற்றிருக்கும் அசோகமரத்தில் மலர்ந்திருக்கும் மலர்களில் தேன் உண்ண வண்டுகள் மொய்க்கும். இத்தகைய சிறப்புமிக்க அசோகமரத்தின் அடியில் வீற்றிருக்கும் அருகதேவனின் சிவந்த பாதங்களைப் போற்றி, மாமிசத்தின் மீது விருப்பம் கொண்டு துன்பம் அடைந்த நரியின் கதையினைச் சொல்லுகிறேன்.

விளக்கம்

இந்தப் பாடலில் நரியினார் என்று உயர்திணையில் குறிப்பிட்டுள்ள காரணத்தால் நரி போன்று மாமிச ஆசை கொண்டோர் அடையும் துன்பம் என்றும் பொருள் கொள்ள இயலும்.

2. வேடர் குடியிருப்பு

சென்றுயர் மதியம் முட்டும்
சிகரமால் வரைகள் சூழ்ந்த
குன்றியின் குறவர் வாழும்
குறிச்சி உள்ளான் ஒரு வேடன்
கன்றி ஊன் கிழங்கு காய்தேம்
கனியடு தேன் கள் துய்ப்பான்
நன்றிஇல் செய்கை தம்மால்
நாரகர் தம்மோடு ஒப்பான்

மூங்கில் மரங்கள் வானத்தைத் தொடும் அளவிற்கு வளர்ந்த ஒரு குன்றத்தில் குறவர்கள் வாழ்கிறார்கள். அந்தப் பகுதியைக் குறிச்சி என்று குறிப்பிடுகிறார்கள். அங்கே வாழும் வேடர்களின் இயல்பு விலங்குகளைக் கொன்று அவற்றின் மாமிசத்தை உண்பது. அப்படிப்பட்ட வேடர்களில் ஒருவன், மாமிசம், காய், கனி, கிழங்கு, தேன், கள் முதலானவற்றை உண்டு வாழ்ந்து வந்தான். பிறர்க்கு நன்மை தராத தீமை தரக்கூடிய செயல்களைச் செய்து வாழ்ந்து வந்த காரணத்தால் அவன் நரகர்களுக்கு இணையானவன் ஆவான்.

விளக்கம்

குறிஞ்சி நிலமாகிய மலைப்பகுதிகளில் உள்ள ஊர்களைக் குறிச்சி என்னும் பொதுப்பெயரால் குறிப்பிடுவார்கள். அந்தக் குறிச்சி என்னும் பெயரைத் திருத்தக்க தேவர் பயன்படுத்தியுள்ளார். நாரகர் என்னும் சொல் இந்தப் பாடலில் நரகரைக் குறிக்கிறது. கள்ளினைச் சொல்லும்போது தேன்போன்ற இனிமையான கள் என்று தெரிவித்துள்ளார்.

3. வேடர் விழாக் கொண்டாடுதல்

வாங்கு வில் கலப்ப வீசி
வளைகடல் முகந்து வானம்
பாங்கினால் எழுந்து மின்னி
படுமழைப் பொழிந்த காலைத்
தேங்கமழ் சிலம்பில் வாழும்
குறவர்கள் நறவம் மாந்தி

வேங்கை பூ விரித்த நல்நாள்
விளைவுநாள் செய்யல் உற்றார்

மேகமானது கடலில் நீரை முகந்துகொண்டு விண்ணில் ஏறி வளைந்த வானவில்லைத் தோன்றச் செய்து மின்னலுடன் பெருமழையாகப் பொழிந்தது. அப்படிப்பட்ட மழைநாளில் மலையில் வாழும் குறவர்கள் அனைவரும் கள்ளினை அருந்தியபடி வேங்கைப் பூத்திருப்பதைக் கொண்டாட விழா நடத்தி மகிழ்ந்தார்கள்.

விளக்கம்

மழைக்காலம் முடியும் வேளையில் வேங்கை மரங்கள் பூத்துக் குலுங்கும். அப்படிப்பட்ட நாளில் குறவர்கள் தங்கள் தினை வயல்களில் தினை விதைப்பது வழக்கம். தினை விதைக்கும் நாளினை விழாவாகக் கொண்டாடி மகிழ்ந்திருக்கிறார்கள்.

விளைவு நாள் என்னும் சொல்லானது நாள் செய்தலைக் குறிக்கும். நாள் செய்தல் என்னும் வழக்கம் தற்காலத்திலும் சிலரால் பின்பற்றப்படுகிறது. தொழிலைத் தொடங்கும் நாளை, நாள் செய்தல் என்று கூறுகிறார்கள். முதல்நாள் பணி செய்தல் என்று அதற்குப் பொருள்.

4. தினைப்புனக் காவல்

கருவியால் அகிலொடு ஆரம்
கற்புரம் திமிசு நூறி
மருவி ஆங்கு குறவர் நீக்கி
வளைத்தன காடுமாணப்
பரவியாங்கு அருவி வீழும் சாரல்
பைந் தினையை வித்திக்
குருவியும் கிளியும் ஓப்பி
குறமகள் காக்கும் நாளால்!

குறவர்கள் மலைச்சாரலில் வளர்ந்திருக்கும் அகில் மரம், சந்தன மரம், கற்பூர மரம், மூங்கில் மரம் முதலானவற்றை வெட்டி அந்தப் பகுதிகளில் தினை வயல் உருவாக்கியிருந்தனர். அந்த

வயலில் தினையை விதைத்தனர். அதற்கு அருகில் பாய்ந்த அருவியிலிருந்து அதற்கு நீர் பாய்ச்சி, களைகளை அகற்றிப் பாதுகாத்தனர். இவ்வாறு வளர்ந்து வந்த தினைப்பயிரில் கதிர் தோன்றியது. அந்தக் கதிரைக் கொய்வதற்காகக் குருவி, கிளி முதலான பறவைகள் வந்தன. அவற்றிடமிருந்து பயிரைக் காப்பதற்காக குறப்பெண்கள் காவலுக்குச் சென்றனர்.

விளக்கம்

கருவி என்பது மரம் வெட்டும் கோடரியைக் குறிக்கிறது. தினைப் புனத்தைக் குறவர்கள் உருவாக்கிய காரணத்தால் அந்த மலைக்காடு கண்கவர் காட்சி விளங்கியது என்பதனை விளக்க 'காடு மாண' என்னும் தொடரைப் பயன்படுத்தியுள்ளார்.

5. யானை, தினையை உண்டு அழித்தல்

விண்ணின்ஆர் வரையின் தாழ்வில்
வேழம் ஒன்று தினையை மாந்த
நண்ணினான் குறவன் நண்ணி
நனிவெகுண்டு ஓடிஏறி
மண்ணின்ஆர் புற்றின் உச்சி நின்று
வார் சிலையை வாங்கிக்
கண்ணினால் அமர்ந்து நோக்கிக்
களிற்றின் மத்தகத்தின் எய்தான்!

பறவைகள் வந்து தினையைக் கொய்யாமல் காக்கும் பணியைக் குறமகள் செய்து வந்தாள். ஆனால், யானை ஒன்று வந்து அந்தத் தினைப்புனத்தின் தினையைத் தின்றதோடு அழித்தும் வந்தது. அதனால் குறவன் கோபம் கொண்டு அந்த யானையை அம்பால் கொன்றுவிட வேண்டும் என்று சென்றான். அதன்மேல் அம்பு எய்வதற்கு வசதியாக மேடான பகுதி எது என்று தேடிக் கண்டுபிடித்து ஒரு புற்றின் மேல் நின்றுகொண்டான். தன்னுடைய தோளில் தொங்கிக்கொண்டிருந்த வில்லினை எடுத்து அம்பினை, மேய்ந்து கொண்டிருந்த அந்த யானையின் முன் நெற்றிப் பகுதியில் எய்தான்.

விளக்கம்

ஒருநாள் வந்து அந்தத் தினைப்புனத்தைக் கண்ட யானை, தொடர்ந்து அங்கே வந்து தினையை உண்ணத் தொடங்கியது. மத்தகம் என்பது யானையின் தலைப்பகுதியின் உச்சிப்பகுதியில் உள்ள முன் நெற்றிப்பகுதி.

6. பாய்ந்த யானை

> விடுகணை நுதலில் நுங்க
> வேழமோ வெகுண்டு மற்றோர்
> தொடுகணை தொடாமல்அப்
> புற்றின்மேல் ஓடிஏறிப்
> படுகணை உருவிப் பாய
> பாம்பு அழல் உமிழ்ந்து பொங்கிக்
> கொடுவிலும் கணையும்
> வீழக் குறவனை தீண்டிட்டு அன்றே

வேடன் எய்த அம்பினால் வேகம் கொண்ட யானையானது, அந்த வேடன் அடுத்த அம்பினை எய்வதற்குள் அவனைத் தாக்குவதற்காக அவன் நின்றுகொண்டிருந்த புற்றின் மேல் கால் வைத்து ஏறியது. யானை வருவதைப் பார்த்த வேடன் அதனை மீண்டும் தாக்குவதற்காக அடுத்த அம்பினை எய்வதற்குத் தயாராக வைத்திருந்தான். அதற்குள் யானை அவனைத் வந்து தாக்கியது. வில்லோடும் அம்போடும் அப்படியே அந்தப் புற்றின்மேல் விழுந்தான் வேடன்.

விளக்கம்

நுங்க என்னும் சொல் ஆழமாகப் பாய்வதை உணர்த்துகிறது. கொடுவில் என்பது வளைந்த வில் என்பதைக் குறிக்கிறது.

7. பாம்பைக் கொன்ற வேடன்

> நாகத்தைக் குறவன் வல்ல
> பத்திரம் உருவிக் கொண்டு

பாகத்தைப் படுத்துவீழ்ந்தான்
வீழ்தலின் பசியின்வாடி
மோகத்தால் சென்று கண்[டு] ஓர்
முழைநரி முழுதும் தின்பான்
ஆகத்தான் அமைக என்ன
வாய்த்தது வருக்கும் அன்றே!

தன்னைக் கடித்த பாம்பினைக் கொல்வதற்காகத் தனது வாளை எடுத்து அந்தப் பாம்பினை இரண்டு துண்டாக வெட்டினான். பாம்பு இறந்துவிட்டது. முதல் அம்பிலேயே யானையும் இறந்துவிட்டது. அந்த வழியாக நரி ஒன்று மிகுந்த பசியோடு வந்தது. அங்கே கிடந்த யானை, வேடன், பாம்பு ஆகிய மூன்று உடல்களையும் கண்ட அந்த நரி, இவற்றை நாம் முழுமையாகத் தின்றுவிடலாம் என்னும் பேராசையால் எப்படித் தின்பது எனத் திட்டம் தீட்டியது.

விளக்கம்

பாகம் என்னும் சொல் ஒரு பகுதி, இரு பகுதி என நேர் பாதியைக் குறிக்கும் சொல். இங்கே பாகம் என்பது இரண்டு துண்டாக வெட்டியதைக் குறிக்கிறது. மோகத்தால் என்னும் சொல் நரியின் பேராசையைக் குறிக்கிறது. முழை என்னும் சொல் குகையைக் குறிக்கும்.

8. பேராசை நரியின் உயிர் போனது

களிறு அறுதிங்கட்குஆகும்
கானவன் ஆகும் ஏழ்நாள்
ஒளிறு வாள் எயிற்று நாகம் உண்டு
ஓர்நாள் இரையே என்றே
வெளிறிலாச் சிலையில் கோத்த நாரி
வாய்க் குதையைக் கவ்விக்
குளிறு பேழ் வாயில் உய்ப்பக்
கொடுவில் கோத் திட்டதன்றே!

இந்த யானையை ஆறு மாதத்திற்கு வைத்துத் தின்னலாம். இந்த வேடனை ஏழு நாள் வரைக்கும் உண்ணலாம். இந்தப் பாம்பு,

ஒரு நாளைக்குரிய இரை ஆகும் என்னும் எண்ணத்துடன் முதலில் பாம்பைத் தின்னலாம் என்று நினைத்த நரி, வேடன் கையில் வைத்திருந்த வில்லில் மாட்டப்பட்டிருந்த நாணினை வாயினால் கவ்வியது. வளைக்கப்பட்டிருந்த வில்லில் பூட்டப்பட்டிருந்த நாண் அறுந்து வில்லின் ஒரு பகுதியானது அதன் பெரிய வாயில் தைத்தது. அதே வேளையில் வில்லிலிருந்த அம்பும் நரியின் வாய்க்குள் போனது.

விளக்கம்

சிலை என்பது வில்லையும் நாரி என்பது நார் போன்ற வில்லின் நாணையும் குறிக்கும். பெரும்பாலும் இந்த நாணானால் விலங்குகளின் நரம்பினால் முறுக்கி உருவாக்கியிருப்பார்கள். அதனால்தான் நரி அந்த நாணினைக் கடித்தது. உடல்களை எல்லாம் தின்பதற்குக் கணக்குப் போட்ட நரி, கணக்கில் போடாத நாணினைக் கடித்து இறந்தது.

9. நிலையில்லா வாழ்க்கை

அத்தியும் அரவில் வீழ்ந்த
வேடனும் வேடன் கொன்ற
துத்திமா நாகம் தானும் கிடப்ப
விற் குதையைக் கவ்விச்
செத்து அவி நரியைப் போலச்
செய் பொருள் ஈட்டுவார்கள்
சித்தம் வைத்து அறங்கள்
செய்யார் தேர்ச்சிஇல் மாக்கள் அந்தோ!

வேடனுடைய அம்பினால் இறந்த யானையும், பாம்பு கடித்ததால் இறந்த வேடனும், வேடனால் கொல்லப்பட்ட பாம்பும் அங்கே கிடந்தன. இவற்றைத் தின்பதற்குத் திட்டமிட்டு, வில்லில் உள்ள நாணையும் விட்டுவைக்காமல் தின்பதற்குப் பேராசை கொண்ட நரியும் இறந்தது. பேராசையால் உயிர் இழந்த நரியைப்போலப் பலரும் நிறைய பொருள் ஈட்டுவார்கள். ஈட்டிய பொருளைக் கொண்டு எந்த அறச்செயலையும் செய்யாமல் ஒருநாள் இறந்துபோவார்கள்.

விளக்கம்

சேர்த்த பொருளை அறவழியில் செலவு செய்யாமல் மேலும்மேலும் பேராசைப்பட்டுச் செல்வம் சேர்த்து வைப்பதால் எந்தப் பயனும் இல்லை.

10. பொருளைப் பதுக்கினால் இழப்பர்

சுற்றின்ஆர் வில்லின் வீழ்ந்த
சூழ்ச்சியின் நரியைப் போல
பற்றினார் பெரிதும் வவ்விப்
பகுத்துஉணாது ஈட்டினார்கள்
மற்று உணா, வெறுக்கை தன்னை
மன்னரும் பிறரும் வவ்வத்
தெற்றென வெளிறு நீரார்
செல்வமும் இழப்பர் அன்றே!

நாண் அறுபட்டு நிமிர்ந்த வில்லினால் இறந்தது தந்திர மிக்க நரி. இந்த நரியைப் போலப் பெரிய செல்வத்தைச் சேர்த்து, அந்தப் பொருளைப் பிறருக்குப் பகுத்துக் கொடுத்து, தானும் உண்ணாமல் மேலும்மேலும் செல்வம் சேர்க்கிறார்கள். பிறருக்குக் கொடுக்காமல் சேர்த்து வைத்த உணவுப் பொருள்களையும் செல்வத்தையும் மன்னன், திருடன் முதலானவர்கள் பறித்துக்கொள்வார்கள். பிறருக்கு வழங்கும் அறிவு இல்லாதவர்கள் தங்கள் செல்வத்தைச் சேர்த்துவைத்து இழப்பார்கள்.

விளக்கம்

உணவுப்பொருளைப் பதுக்காமல் பிறருக்குக் கொடுக்கவேண்டும். பதுக்கி வைத்திருக்கும் பொருளை அறிந்து, மன்னன் பறிக்க நேரிடும். அல்லது திருடன் வந்து திருடிக்கொண்டு போய்விடுவான்.

11. சூழ்ச்சியினால் இறந்த நரி

குடற்படும் முடையைக் கண்டு
குறுநரி தின்று மான்தேர்

கடற்படை இயக்கம் கண்டே
கள்ளத்தால் கிடப்ப யாரும்
திடற்பட இன்மையாலே செவி
கொய்வான் வால் கொய்வானாய்
உடல் புறம் பேர்த்த புன்தோல்
உரித்திட்டு அங்கு ஒருவன் கொன்றான்!

வழியில் போய்க்கொண்டிருந்த நரி ஒன்று, அங்கே கிடந்த மாமிசத் துண்டத்தை உண்டது. அதன்பிறகு ஏதாவது விலங்கு கிடைத்தால் உண்ணலாம் என்று அங்கே காத்திருந்தது. அங்கே கடல் போன்ற பெரும்படை ஒன்று வந்தது. பெரும்படை வருகிற காரணத்தால் இங்கே நாம் இருந்தால் போரில் இறந்த வீரரின் உடலும் குதிரை போன்றவற்றின் உடலும் கிடைக்கும் என்று எண்ணியது. நாம் உயிருடன் இங்கே நின்றால் போரில் நமக்கும் ஏதேனும் துன்பம் வரலாம். எனவே, இறந்ததுபோல் கிடப்போம் என்று நினைத்து இறந்ததுபோல் கிடந்தது. அந்த இடத்தில் போர் நடைபெறாமல் படையினர் கடந்து போய்விட்டார்கள். அந்தப் பக்கத்தில் வந்த வழிப்போக்கன் ஒருவன், அந்த நரியைப் பார்த்து, இறந்துவிட்டது என நினைத்து, இதனுடைய காதும் வாலும் எதற்காவது பயன்படலாம் என்று காதினையும் வாலினையும் அறுத்தான். அதன்பிறகு இந்த நரியின் தோல்கூட எதற்காவது பயன்படும் என்று நினைத்து அதன் தோலையும் உரித்துக் கொன்றான். கிடைத்த உணவு போதும் என்று நினைக்காமல் பெரிய அளவில் உணவு கிடைக்கும் என்னும் பேராசையால் சூழ்ச்சி செய்த நரி இறந்தது.

விளக்கம்

மான் என்பது, மான் என்னும் ஓர் விலங்கினைக் குறித்தாலும் மா என்னும் சொல்லும் மான் என்னும் சொல்லும் பல இடங்களில் குதிரையைக் குறிக்கும் சொல்லாக இலக்கியங்களில் வந்துள்ளன. மான் தேர் என்பது குதிரை பூட்டிய தேரினைக் குறிக்கும்.

12. நரி போல் உயிரிழக்கும் மக்கள்

நாட்டி நாம் உரைக்கப் பட்ட
முழைநரி அனைய நீரார்

ஈட்டிய பொருள்கள் தம்மை
ஈதலும் துய்த்தல் தானும்
மாட்டிலர் அகழ்ந்து பார்க் கீழ்
நிலம்கொள வைப்பர் மாதோ
பாட்டறு மக்கள் யாக்கை
பயன் கொளாக் கழிப்பர் அன்றே!

முந்தைய பாடலில் நாம் சொன்ன நரியைப் போன்ற மக்கள், தாங்கள் சம்பாதித்த பொருளைத் தாங்களும் பயன்படுத்த மாட்டார்கள்; பிறருக்கு வழங்கும் வள்ளல் தன்மையும் இல்லாதவர்கள். அந்தப் பொருளை எல்லாம் நிலத்தைத் தோண்டி அதற்குள் மறைத்து வைப்பார்கள். பிறருக்கு வழங்கினால் புகழ்ந்து பாடுவார்கள். அப்படிப் புகழையும் பெறாமல், புதைத்து வைத்த பொருளைப் பயன்படுத்தவும் முடியாமல் இறந்து ஒழிவார்கள்.

விளக்கம்

முழை என்னும் சொல்லுக்குக் குழி என்று பொருள். மலைக்குகையில் வாழும் நரியைப் போன்று சில நரி வகைகள் நிலத்தில் பொந்து தோண்டி வாழும். அந்த நரி வகையை இங்கே குறிப்பிட்டுள்ளார்.

13. விலங்குக்கும் மக்களுக்கும் வேறுபாடு

உண்டலோடு உறங்கல் அச்சம்
இணைதலும் ஒருங்கு நாடின்
மண்திணி உலகில் வாழும்
மாக்களும் விலங்கும் ஒப்பாமே
கண்டது ஒன்று உண்டு நல்ல
அறங்களைப் பிடித்த நீரார்
பண்டிதர் ஏனை மாக்கள்
பசுவினும் கடையர் அன்றே!

விலங்குக்கும் மனிதனுக்கும் வேறுபாடு இல்லாத வாழ்க்கையைப் பலர் வாழ்கிறார்கள். விலங்கும் உண்ணுகிறது, உறங்குகிறது, அச்சப்படுகிறது, ஆண் - பெண் இணைவில் செயல்படுகிறது.

மனிதர்களும் இந்தச் செயல்களையே செய்கிறார்கள். இதற்கு அப்பாற்பட்ட நிலையில் மனிதர்கள் அறச்செயல்களைப் அறிந்து பின்பற்றி வாழவேண்டும். அப்படி அறத்திற்கு உட்பட்டு வாழ்க்கை நடத்துகிறவர்களே அறிஞர்கள் என்று போற்றப்படுகிறார்கள். மற்றவர்கள் விலங்குக்குச் சமமானவர்கள் என்று சொல்வதைவிட அவற்றை விடவும் இழிவானவர்கள் ஆவர்.

விளக்கம்

மாக்கள் என்பது விலங்குகளைக் குறிக்கப் பயன்படுத்தப்பட்டாலும் சில இடங்களில் பொதுமைப்படுத்திக் கூறும்போது மாக்கள் என்று கூறுவதும் உண்டு. பசு என்பதும் பசுமாட்டைக் குறிக்காமல் விலங்குகள் அனைத்தையும் இந்தப் பாடலில் குறித்துள்ளது. பசு வதை என்பது உயிர்களைக் கொல்லாமை என்பதே அல்லாமல் பசுமாட்டை மட்டும் கொல்லாமை என்று கருதக்கூடாது. சைவ சித்தாந்தம் உரைக்கும் பசுவும் உயிர்களையே குறிக்கும்.

14. மாயையான உலக வாழ்க்கை

கடிமணக் கோல மாதர்
காளைக்குக் காட்டி மீள்வர்
நடுஇடப் பட்டதெல்லாம்
நயப்புறக் கேட்டு நாய்கன்
கெடிஎனக் கூறி ஆங்கே
உணர்தலின் கேட்டு உவந்து
உடையதும் ஒருங்கு கொண்டே
விடையமும் கடிவித்தானே!

பெரிய வணிகன் ஒருவன் வாழ்ந்து வந்தான். அவனுக்கு ஒரே மகன். அவன் துறவியாகப் போய்விடுவான் என்று ஒரு முனிவர் வந்து சொன்னார். அதனைக் கேட்ட அந்த வணிகனும் அவனது மனைவியும் தாங்கள் ஈட்டிய இந்தப் பெருஞ்செல்வத்தைத் தங்கள் மகனே அனுபவிக்க வேண்டும் என்று நினைத்து அவனுக்கு இல்லற இன்பத்தைத் தொடர்ந்து வழங்குவதற்காக முப்பத்து இரண்டு பெண்களைத் திருமணம் செய்து வைத்தனர்.

அவர்களுடன் இல்லற இன்பத்தில் மூழ்கி இருந்த அவன், துறவறத்தைப் பற்றி எண்ணிப் பார்க்கவில்லை. இவ்வாறு வாழ்ந்து வரும் வேளையில் வேறொரு முனிவர் அங்கே வந்தார். அவர், அந்த இளைஞனுக்குக் கேட்கும்படியாக இந்த உலகத்தில் அடையும் இன்பம் எல்லாம் நிலையற்றது என்பதை உணர்த்தினார். அதனை அறிந்த அந்த இளைஞன், தனது மனத்தில் நன்கு சிந்தித்தான். அதன் விளைவாக இந்த உலகப் பொருள் எல்லாம் மாயை என்பதை உணர்ந்து விலக்கிவிட்டு, துறவியாகி ஞானத்தைத் தேடிப் போய்விட்டான்.

விளக்கம்

நாய்கன் என்னும் சொல்லானது நாவாய்கன் என்னும் சொல்லின் சுருங்கிய வடிவம். நாவாய் வழியாகக் கடல் வணிகம் செய்வோரை நாய்கன் என்றும் மாநாய்கன் என்றும் குறிப்பிடுவர். சிலப்பதிகாரத்தில் கண்ணகியின் தந்தையார் மாநாய்கன். கடல் வணிகர். இந்தப் பாடலில் இடம்பெற்றுள்ள நாய்கன் என்பவரும் கடல் வணிகம் செய்து பொருள் ஈட்டியவர்.

15. எதுவும் நிலையில்லை

இளமையும் வனப்பும் நில்லா
இன்பமும் நின்ற அல்ல
வளமையும் வலிது நில்லா
வாழ்வுநாள் நின்ற அல்ல
களமகள் நேசம் நில்லா
கைப்பொருள் கள்வர் கொள்வர்
அளவிலா அறத்தின் மிக்க யாதும்
மற்று இல்லை மாதோ!

இளமைப் பருவமும் அழகும் நிலைத்து நிற்பவை அல்ல. நாம் அனுபவிக்கும் இன்பமும் எப்போதும் அனுபவிக்கக் கிடைக்கும் அளவிற்கு நிலையானது அல்ல. செல்வ வளமும் உடல் வலிமையும் நிலையானவை அல்ல. நமது வாழ்நாளும் நிலையானது அல்ல. மனைவிமேல் நாம் கொண்டிருக்கும் காதலும் நிலையானது அல்ல. நாம் சேர்த்து வைத்திருக்கும்

செல்வத்தைத் திருடன் திருடுவதற்கு வாய்ப்பு உண்டு. அறத்தை அளவில்லாமல் செய்வது அல்லாமல் வேறு எதுவும் நிலைத்த பயனைத் தருவன அல்ல.

விளக்கம்

வாழ்க்கையில் அறத்தைத் தவிர வேறு எதுவும் நிலையானவை அல்ல என்பதை உணர்த்துவதோடு, நாம் சேர்த்து வைக்கும் செல்வமானது திருடப்படும். ஆனால், நாம் செய்த அறத்தால் வரும் நன்மையை யாராலும் திருட முடியாது.

16. வாழ்க்கையை அனுபவிக்க நினைப்போர் மூடர்

நின்றன அல்ல வாழ்நாள்
நிதியமும் நின்ற அல்ல
சென்று சென்று அணுகி நாளும்
சினவரன் சொன்ன நன்னூல்
ஒன்றிய மனத்தராகி
ஊதியம் கொள்வார் நல்லோர்
அன்றெனில் அதனைக்காணா
ஆதனைப் போலும் அன்றே!

நாம் இந்த உலகத்தில் நிலையாக இருக்கப் போவதில்லை. நாம் சேர்த்து வைத்திருக்கும் பொருளும் நாம் செல்லும்போது நம்முடன் வரப்போவது இல்லை. இந்த உலக இன்பத்திலும் செல்வத்திலும் நாம் தொடர்ந்து வாழ்ந்து கொண்டிருக்கிறோம். அருகன் அருளிய அறத்தின்படி நமது வாழ்க்கையை அமைத்துக்கொண்டால் நிறைந்த இன்பத்தை அடையலாம். அவ்வாறு அல்லாமல் இவ்வுலக இன்பத்தில் மூழ்குவோர் மூடருக்குச் சமமானவர் ஆவர்.

விளக்கம்

சினவரன் என்னும் சொல், அருகக் கடவுளைக் குறிக்கும். நன்னூல் என்பது நல்லறம் வழங்கும் அறநூல்கள் ஆகும். நம் வாழ்க்கை அறநூல் சொல்லும் அறிவுரைப் படியே அமைந்திட வேண்டும்.

17. நல்ல நிலத்தில் விதைத்தல் நலம்

கேத்திரம் நல்லதாகில்
கேடின்றி இட்ட வித்து
வாய்த்ததாய் எழுந்து நன்றாய்
விளைதலைக் காட்டுமா போல்
ஏத்தரும் தவத்தின் மிக்க
எல்லைஇல் குணத்தினர்க்கும்
பாத்திர தானம் ஈந்தால்
பயனும் மற்று அதனை அற்றே!

நல்ல நிலத்தில் நாம் விதை விதைத்தால் அது, நல்லபடியாக விளைந்து நன்மையைத் தரும். அதைப்போல, உண்மையான தவத்தைச் செய்து அறநூல் படி வாழும் அறவோர்க்கு வழங்கும் தானம் அவர்களுக்கும் பயன் தந்து சமுதாயத்திற்கும் பயன்தரும். அந்தத் தானத்தால் நமக்கும் நல்ல பயன் ஏற்படும்.

விளக்கம்

கேந்திரம் என்னும் சொல் இடத்தைக் குறித்து, இங்கே நிலத்தைக் குறிக்கப் பயன்பட்டுள்ளது.

18. பேராசை கொண்டவன்

ஓக்கத்தால் மதியம் முட்டும்
உறுதவ நகரி முன்னே
யாக்கையால் அழகிதாய பொன்
மயில் ஒன்று ஆடக்கண்டு
தோக்கையைப் பற்றலோடும்
தொட்டவன் காய நூக்கி
காக்கையாய்ப் பறந்தே ஓட
கவர்ந்து அங்கை சோர்ந்து விட்டான்!

புகழின் உச்சியைத் தொட்ட ஒரு நகரின் ஓர் சினாலயம் இருந்தது. அந்த ஆலயத்தில் ஓர் அர்ச்சகன் பூசை முறைகளைச் செய்து வந்தான். அங்கே நாள்தோறும் ஒரு பொன்மயில் வந்து இரண்டிரண்டு பொன் இறகுகளை உதிர்த்து வந்தது. அந்தப் பொன் இறகினை எடுத்துப் பூசை முறைகளை நடத்தி வந்தான்.

அந்த அர்ச்சகனுக்கு ஒரேயடியாக அந்தப் பொன் மயிலைப் பிடித்து இறகுகள் அனைத்தையும் பிடுங்க வேண்டும் என்னும் ஆசை தோன்றியது. அதனால் அதன் தோகையைப்பற்றிப் பிடித்தான். அந்தப் பொன் மயில், அவனையும் தூக்கிக்கொண்டு காக்கையாய் மாறிப் பறந்துபோனது. தோகையைப் பிடித்துக்கொண்டிருந்த அர்ச்சகனுக்குக் கை வலித்ததால் கைப்பிடியை விட்டான். உடனே கீழே விழுந்து இறந்தான்.

விளக்கம்

யாரோ ஒருவர் நாள்தோறும் செய்துவரும் தானத்தை அளவாகப் பயன்படுத்திக்கொள்ள வேண்டும். பேராசை கொண்டு அவரிடம் இருப்பதை எல்லாம் பிடுங்கிக்கொள்ள நினைத்தால் பெருந்துன்பம் எற்படும்.

19. வணிகன் கதை

நல்ல சூழ்ச்சியி னால் நரி எய்திய
அல்லல் கேட்டும் அறம் செய்கிலாதார்
செல்லல் எய்திய செம்பொனின் இட்டிகை
புல்லிதாய்க் கொண்ட வாணிகன் போன்றதே!

நல்ல அறிவு இல்லாமல் பேராசை கொண்ட நரி, உயிரை இழந்ததை அறிந்தும் அறவாழ்க்கையை மேற்கொள்ளாமல் அற்ப வாழ்க்கையிலேயே உழல்கின்றனர். அப்படிப்பட்ட இழிவான செயலில் ஈடுபட்ட ஒரு வணிகனின் கதையைப் போன்றே இழிவான செயல்களில் ஈடுபடுவோர் துன்பப்படுவார்கள்.

விளக்கம்

சினாலயம் அமைப்பதற்காக உருவாக்கப்பட்ட பொன்னால் ஆகிய செங்கற்களைக் கைப்பற்றிய வணிகன் ஒருவனின் கதை இங்கே சொல்லப்படுகிறது. இட்டிகை என்பது செங்கல்லைக் குறிக்கிறது.

20.

மெய்ப்பொருள் தேறலன் பற்றுளமே புரிந்து
இப் பை யாக்கையில் தேர்ச்சிஇல் வாணிகன்

கப்பியாய்ப் பிறந்தான் என்னும் கட்டுரை
ஒப்ப நூல் உணர்ந்தார் சொலக் கேட்டுமால்!

இந்த உலகத்தில் நாம் பிறந்து வாழ்கிறோம். இந்த வாழ்க்கையின் உண்மை நிலையினை உணர்ந்து அறச்செயல்களைச் செய்யவேண்டும். அவ்வாறு செய்யாமல் இந்தப் பையாகிய உடல் வெறும் கூடு என்பதை உணராமல் வாழ்ந்த வாணிகன் ஒருவன் அடுத்த பிறப்பில் குரங்காய்ப் பிறந்தான் என அறிஞர்கள் சொல்லக் கேட்ட பிறகும் இந்த உலகத்தில் பற்றுக்கொண்டு அறம் செய்யாமல் வாழ்பவர்கள் துன்பப்படுவார்கள்.

விளக்கம்

இப்பை என்பது இந்தப் பையாகிய உடலைக் குறிக்கிறது. கப்பி என்பது குரங்கினைக் குறிக்கிறது. நாகதத்தன் என்னும் வணிகன் ஒருவன் அடுத்த பிறப்பில் குரங்காகப் பிறந்த வரலாறு இங்கே குறிப்பிடப்பட்டுள்ளது.

21. அரிவரன் கதை

நரியினார் உரை கேட்டபின் நல்லராய்ப்
புரிவுஇல் நல்லறம் செய்வர் பொய்யாக் கொளீஇ
அரிவரம் மகன் அப்பொருள் வேட்கையால்
தெரிவித்திட்டு அறம் செய் பொருள் செப்பினான்!

நரிவிருத்தம் என்னும் இந்த நூலில் தெரிவிக்கப்பட்டுள்ள நல்ல வரலாறுகளைத் தெரிந்துகொண்ட அரிவரம் என்பவன் நல்லறம் புரிவதற்காக முனிவர்களிடம் சென்று நல்ல அறிவுரைகளைக் கேட்டான். அவனும் அந்த அறவுரைகளைப் பிறருக்கு எடுத்துரைத்தான்.

விளக்கம்

அரிவரன் என்பவனுடைய கதையானது கதாகோசம் என்னும் நூலில் இருக்கிறது என்று கூறுவர்.

22. துரியோதனன் நிலை

அஞ்சுமின் அதிலோபம் இல்லோர்களும்
செஞ்சுடர் நெடுவேல் துரியோதனன்
பஞ்சவர்க்கு மண்பாகம் கொடாமலே
துஞ்சினான் கிளை தன்னொடும் என்பவே!

நீண்ட வேல் கொண்டு அரசாட்சி செய்த துரியோதனன் என்னும் மன்னன், பாண்டவர்க்கு உரிய நிலத்தை வழங்காமல் இருந்த காரணத்தால் அவனும் அவனது உறவினர்களும் போரில் அழிந்தார்கள். அதைப்போல் பிறருக்குக் கொடுக்காமல் இருந்து வீணாக அழிந்துபோகாதீர்கள். கருமித்தனத்திற்கு நீங்கள் அஞ்சவேண்டும்.

விளக்கம்

லோபம் என்னும் சொல் கருமித்தனத்தைக் குறிக்கிறது. இந்தப் பாடலில் துரியோதனனின் கதை சொல்லப்பட்டுள்ளது.

23. திருட்டால் உயிரிழந்தவன்

குட்டம் நீர்த் துறை போம் வழிக் கூனியை
ஓட்டலன் புனல் உய்த்த அக் காகுத்தன்
திட்டை வேண்டிய தேர்ச்சிஇல் வாணிகன்
பட்டது எய்துவ பற்றுளத் தார்களே!

காகுத்தன் என்னும் ஒருவன் ஒரு சிறுகுளத்தின் வழியாகச் சென்றான். அவனுடன் கூனி என்னும் ஒரு பெண்ணும் நிறைந்த அணிகலன்களுடன் வந்தாள். அடுத்த ஊருக்குப் போகவேண்டும் என்றால் அந்தக் குளத்தைக் கடந்துதான் போகவேண்டும். அப்படிப் போய்க்கொண்டிருக்கும்போது, அந்த வணிகன், கூனி அணிந்திருக்கும் அணிகலன்கள் அனைத்தையும் பறித்துக்கொண்டு அவளைக் குளத்து நீரில் அமுக்கிக் கொல்லப்போனான். அந்தக் கூனி, அப்படியே அவனை விடாமல் பிடித்துக்கொண்டாள். மேட்டில் நின்றுகொண்டு அவளைக் கொல்லவேண்டும் என்னும் அறிவில்லாத காரணத்தால் அந்தக் காகுத்தன் தண்ணீரில் மூழ்கி இறந்தான். இந்தக் காகுத்தனைப்போல் பொருளின் மேல் பேராசை கொண்டவர்கள் தங்கள் உயிரை இழப்பார்கள்.

விளக்கம்

குட்டம் என்பது நீர்க் குட்டையைக் குறிக்கிறது. திட்டை என்பது மேடான மணல் திட்டினைக் குறிக்கிறது.

24. நல்ல வழியில் வாழாதவன்

நட்டவன் வந்து நல்லறம் காட்டவும்
ஓட்டலன் அதிலோபம் உடைப் பெரும்
செட்டி எய்தியது எய்துவதே பொருள்
கிட்டி அம்மனத்தார்க் கிளர்ந்து என்பவே!

நண்பன் ஒருவன் சிவதேவன் என்பவனிடம் தன்னுடைய பொருளைப் பாதுகாப்பாக வைத்துக்கொள்ளுமாறு வழங்கிவிட்டுப் போய்விட்டான். பின்னர், அவன் வந்து கேட்டபோது, "நீ என்னிடம் எதையும் தரவில்லை" என்று தர மறுத்துவிட்டான். அந்தத் திருட்டுக் குணத்தால் அவன் பெருந்துன்பத்தை அடைந்தான். அதைப்போன்றே பிறர் பொருளைக் கவரும் எண்ணம் கொண்டவர்கள் கேடு அடைவார்கள்.

விளக்கம்

நட்டவன் என்பது நண்பனைக் குறிக்கும். கிட்டி என்பது பொருள் பற்றுக்கொண்டு எனப் பொருள் தரும். கிளர்ந்து என்னும் சொல் மிகுதியான துன்பத்தைக் குறிக்கிறது.

25. வஞ்சித்தவன் அடைந்த கேடு

நாட்டு யாத்திரை செய்பவன் நன்மணி
காட்டி வைத்தவன் போய்வந்து கண்ணுறச்
சாட்டியம் சொன்ன சத்தியக் கோடனும்
ஈட்டிவைத்து இழந்தான் பொருள் என்பவே!

வெளியூருக்குப் பயணம் செய்ய விரும்பிய ஒருவன், தன்னிடமிருந்த நவரத்தினச் செப்பினைச் சத்தியக் கோடன் என்னும் ஓர் அமைச்சனிடம் கொடுத்துவிட்டுப் பின்னர் வாங்கிக்கொள்வதாகச் சொல்லிவிட்டுப் போனான். அவன் திரும்பவந்து கேட்டபோது அதனைக் கொடுக்காமல் ஏமாற்றிய

அந்த அமைச்சன், மன்னனிடம் பொய்யாகச் சாட்சியமும் கூறினான். அவன் மன்னனால் தண்டிக்கப்பட்டான். அதைப்போலப் பிறர் பொருளை வஞ்சிப்பவர்கள் துன்பம் அடைவார்கள்.

விளக்கம்

சாட்டியம் என்னும் சொல் சாட்டி இயம்புதல் என்னும் பொருளுடன் சாட்சி சொல்லுதலைக் குறிக்கும். சத்தியக் கோடன் என்னும் பெயரே சத்தியத்தைக் கெடுப்பவன் என்னும் பொருள் தருமாறு அமைந்துள்ளது. கோடு என்றால் வளைவு என்று பொருள்.

26. வஞ்சித்தார் பைத்தியம் ஆனார்

விழுமின் பொற்கலம் பெற்று அங்கு ஓர் ஏழைபோய்க்
கழுவுவான் புகக் கைத்தலத்தின் இராது
அழுவநீர்ப் புகுந்து ஆழ்தலில் கெட்டு உயிர்
வழுவினார் கதை வைகலும் கேட்டுமால்!

ஏழை விவசாயி ஒருவன் நிலத்தை உழுது கொண்டிருக்கும்போது ஒரு பொன் பாத்திரம் கிடைத்தது. நீண்ட நாள் மண்ணில் புதைந்துகிடந்த காரணத்தால் அதில் பாசி படிந்து இருந்தது. அது தங்கம் என்று அறியாத அந்த விவசாயி அதனை ஒரு வணிகனிடம் கொடுத்தான். அந்த வணிகன் அதனைப் பொன் என அறிந்துகொண்டு அவன் கேட்கும் பொருளை உடனே கொடுத்துவிடக்கூடாது என்று ஏமாற்றினான். அந்த விவசாயி அதனை வேறு ஒரு வணிகனிடம் கொண்டுபோய்க் கொடுத்தான். அவனும் அதனைப் பொன் என்று அறிந்து அவன் கேட்ட ஒரு நாழி தானியத்தைக் கொடுத்துவிட்டான். அந்தப் பொன் பாத்திரத்தை எடுத்துக்கொண்டு போய், கிணற்றங்கரையில் துலக்கினான். அப்போது அது கை தவறிக் கிணற்றுக்குள் விழுந்துவிட்டது. கிடைத்த பொருள் பறி போனதால் அந்த வணிகன் பைத்தியம் ஆகிவிட்டான். விவசாயி கொண்டுவந்த பொருளை வாங்காமல் விட்டுவிட்டோமே என்று புலம்பிய முதல் வணிகனும் பைத்தியமாகிவிட்டான்.

விளக்கம்

பிறரது பொருளுக்கு ஆசைப்பட்டு அதனை அபகரிக்க நினைத்து ஏமாற்றினால் துன்பம் அடைவார்கள் என்பதனைத் திருத்தக்க தேவர் உணர்த்தியுள்ளார்.

27. உண்ணாமல் உயிரிழப்பவன்

சந்தம் ஆயினும் தன் பழப் பிண்டியைக்
கந்தமாய்ப் புளிநீரொடு காடியாய்ச்
சிந்தை ஒன்றிலன் உண்ட சிரேட்டியும்
அந்தம்இல் பொருள் காத்தவன் ஆயினான்!

பொருளைத் திரட்டிய ஒருவன், அந்தப் பொருளை உண்பதற்குப் பயன்படுத்தாமல் தன்னிடம் உள்ள பழைய உணவுடன் புளித் தண்ணீரையும் கலந்து கூழாக்கிக் குடித்து வாழ்ந்து வந்தான். தான் சேர்த்த பொருளைப் பாதுகாத்து வந்த அவன் ஒருநாள் இறந்துபோனான். மறுபிறப்பில் பாம்பாகி அந்தச் செல்வத்தைப் பாதுகாத்துக் கொண்டிருந்தான். இப்படிப் பொருளை வைத்து இழந்தவனைப்போல், மிகுதியாகக் கஞ்சத்தனம் கொண்டவனும் பொருளை இழப்பான்.

விளக்கம்

கந்தம் என்பது மணத்தைக் குறிக்கும். புளித்த வாசனை உடைய கஞ்சியைக்கூட மிகுந்த மணம் உடையது என்று கருதி உண்டு வாழும் கஞ்சத்தனம் உணர்த்தப்பட்டுள்ளது. சிரேட்டி என்பது சிறந்த வாழ்க்கை உடையவன் என்னும் பொருள் கொண்டது. இங்கே இழிந்த பொருளில் பயன்படுத்தப்பட்டுள்ளது.

28. பொய்த் தவ வேடம் கொண்டான்

பொன்னின் ஏறுடைச் செட்டிஇல் போந்து இருள்
கன்னம் இட்டு அவன் அப்பொருள் கொண்டுபோய்த்
துன்னு தாபதன் தூங்கு உறியில் கிடந்து
இன்னல் எய்தினான் என்பதும் கேட்டுமால்!

வணிகன் ஒருவன் மிகுந்த பொருளுடன் வாழ்ந்து வருவதை ஒரு போலிச் சாமியார் கண்டார். எப்படியாவது அவன் வீட்டில் உள்ள

பொருள்களைக் கொள்ளையடித்துவிட வேண்டும் என்று திட்டமிட்டு, கன்னக்கோலுடன் போய், சுவரில் துளையிட்டு அந்தப் பொருளைக் கொள்ளையிட்டுக் கொண்டு வந்து ஓர் உறியில் வைத்துக்கொண்டு தூங்கினான். அவனது அந்தச் செயலை அறிந்த அரசன் அவனுக்கு மரணதண்டனை வழங்கினான்.

விளக்கம்

கன்னக்கோல் என்பது சுவரில் எளிதாகத் துளையிடுவதற்காகச் செய்யப்பட்ட ஒரு வகையான கடப்பாரை.

29. தாடி வெண்ணெய்க் காரன்

நீடு நீள்நெறிச் செல்பவன் நாள்தொறும்
பாடிகண்டு அங்கொர் பாசனத்தால் நிறை
நாடி நாள்தோறும் நெய்தனக்கு ஈட்டிய
தாடிவெண்ணெய் தனதுரை கேட்டுமால்!

தாடி வைத்திருந்த ஒருவன் நீண்ட தொலைவில் உள்ள ஆயர் குடியிருப்புக்குச் சென்று அவர்களிடம் மோர் வாங்கிக் குடித்து வந்தான். அவ்வாறு மோர் குடிக்கும்போது அவனது தாடியில் வெண்ணெய் சிறிதளவு ஒட்டியது. அதனைச் சேர்த்து வைத்து நெய்யாக்கி விற்றுப் பொருள் ஈட்டலாம் என்று நினைத்தான். இவ்வாறு வீண் யோசனை செய்து காலத்தை வீணாக்குவதால் வாழ்க்கை தொலைந்து சாகவும் நேரிடும்.

விளக்கம்

பாடி என்பது ஆயர்பாடியைக் குறிக்கிறது. பாசனம் என்பது பாத்திரத்தைக் குறிக்கிறது.

30. தவறான தெளிவு

அறத்தினால் பொருள் கேட்டு அது கொள்ளலன்
மறத்தினால் அரவிந்தனும் மாநிதித்
திறத்தினால் ஒன்றிலான் ஊன்உடைஉண்டு
இறப்பவும் நரகத்திடையே எய்தினான்!

அறநெறிகளை அறிந்த பிறகும் அதன்படி நடக்காமல் அரவிந்தன் என்பவன் தான் பெற்ற அறிவினை இழந்தான். அவனுக்கு ஏற்பட்ட நோயினைப் போக்குவதற்குக் குருதிக் குளியல்தான் சிறந்த வழி என்று தேர்ந்து அதைச் செய்து தருமாறு தன் மகனிடம் கேட்டான். பல உயிர்களைக் கொன்று இரத்தம் சேர்ப்பதற்குப் பதிலாக இரத்தம் போன்ற திரவத்தை உருவாக்கிக் கொடுத்தான் மகன். அதனை அறிந்துகொண்ட அரவிந்தன், அவனைக் கொல்வதற்கு வாளுடன் பாய்ந்தான். நிலை தடுமாறிய அவன், அந்த வாளில் விழுந்து இறந்தான். நரகத்தை அடைந்தான்.

விளக்கம்

ஊன் உடை என்பது தசைப்பகுதியில் உள்ள இரத்தத்தைக் குறிக்கும்.

31. உணவு வழங்குவதன் பெருமை

மானவேல் மன்னன் மாதவத்தார்க்கு உண்டி
தானம் ஈ யுழி சத்திய பாமையும்
ஊனமில் மனத்தால் உடன் பட்டனளே
ஈனம்இல் குருவத் திடையே எய்தினாள்!

ஸ்ரீஷேஷண மன்னன் என்பவன் அரிய தவசிகளுக்கு உணவு வழங்குவதை வழக்கமாகக் கொண்டிருந்தான். அவ்வாறு உணவு வழங்கும்போது சத்திய பாமை என்னும் ஒரு பெண்ணும் அந்த உணவு வழங்கலுக்குத் துணைபுரிந்தாள். அதற்குத் துணைபுரிந்த காரணத்தால் உயர்ந்த நற்கதியை அடைந்தாள்.

விளக்கம்

நல்ல செயல்களுக்கு நம்மால் முடிந்த உதவியைச் செய்கிறவர்கூட நல்ல நிலையை அடைவதால் நல்ல செயல்களுக்கு ஏதோ ஒரு வகையில் உதவிட வேண்டும். குருவம் என்பது சொர்க்க உலகம் எனக் கருதப்படுகிறது.

32. உணவு வழங்கியதால் உயர்வு

கயக்குஇல் கற்புடைப் பார்ப்பனி போசனம்
வியக்கப்பட்டு அவள் வேதியற்கு இல்வழி

மயக்குஇல் மாதவத்தாற்கு உண்டி ஈந்தவள் இயக்கி ஆயினள் என்பதும் கேட்டுமால்!

பார்ப்பனப் பெண் ஒருத்தி வறுமையில் வாடினாள். அந்த வறுமைக்காலத்தில் தனது கணவனுக்குக்கூட உணவு வழங்க இயலாத ஏழ்மையில் இருந்தாள். அந்த வேளையில் அங்கே உணவை எதிர்பார்த்து வந்த தவசி ஒருவருக்கு உணவு வழங்கினாள். இந்தத் தானத்தால் அவள் இயக்கி என்னும் உயர்நிலையை அடைந்தாள்.

விளக்கம்

இயக்கி என்பது தேவர் உலகப் பெண்ணைக் குறிக்கும். தீர்த்தங்கரர்களுக்கு உதவியாளராக விளங்குவோர் இயக்கன், இயக்கி ஆவர். சமுதாயத்துடன் தொடர்பில்லாமல் வாழும் தீர்த்தங்கரர்களுக்கும் சமுதாயத்திற்கும் பாலமாக இருப்பவர்கள்.

33. வறுமையிலும் உணவு வழங்குதல்

சந்தனை என்னும் மாதோ
  சாரணர்க்கண்டு முன்றில்
வந்தனை செய்து பேணி
  வரகுநீர்ப் புன்கை ஈந்தாள்
இந்திரன் உவந்து நோக்கி
  எல்லையில் செம்பொன் மாரி
அந்தரம் ஆர்ப்பச்
  சொரிந்து அர்ச்சித் தாரே!

சந்தனை என்னும் பெண் சேடக மன்னனின் மகள். அவள் துன்ப நிலையை அடைந்தாள். அப்போது அவளுடைய வீட்டு முற்றத்திற்கு ஒரு தீர்த்தங்கரர் வந்தார். அவரை வணங்கி அவரது பசியைப் போக்கும் வகையில் வரகுக் கஞ்சியை அன்பாக வழங்கினாள். மிகுந்த வறுமையிலிருந்த வேளையில் தனக்காக வைத்திருந்த வரகுக் கஞ்சியைக்கூட, தவ வல்லுநர்க்கு வழங்கிய அந்தப் பெண்ணின் அருள் உள்ளத்தைத் தேவர்கள் அறிந்தனர். தேவேந்திரன் அவளது வீட்டிற்கு முன்பாகத் தங்க மழை பொழியச் செய்து அவளது வறுமை நிலையைப் போக்கினான்.

விளக்கம்

வறுமை நிலையிலும் தீர்த்தங்கரருக்கு உணவு வழங்கிய தன்னலமற்ற அந்தப் பெண், மிகுந்த செல்வத்தைப் பெற்றதிலிருந்து பிறருக்கு வழங்குவதால் நன்மை வந்து சேரும் என்பது விளக்கப்பெற்றுள்ளது.

34. உலகப் பற்றினால் துன்பம்

பற்றுளம் என்று ஓர் பாவை
பாவமும் பழியும் ஆக்கிச்
சிற்றுள மிலேச்சர் பொல்லா
நாற்கதி நவையை நூக்கிச்
சேற்றுள வாய துன்பம்
பயத்தலின் துறந்து போகிக்
கற்றறி உடைய மாந்தர்
கடிந்தனர் அதனை அன்றே!

இந்த உலக வாழ்க்கையில் மிகுந்த பற்றுக்கொண்ட ஒரு பெண், தொடர்ந்து பல பாவச் செயல்களையும் பழிச் செயல்களையும் செய்து வந்தாள். அதனால், இந்த உலகத்தில் அவள் பாவிகள் அடையும் துன்பத்தை அடைந்தாள். அவளது வாழ்க்கையைக் கண்ட பிறகும் அறவாழ்க்கை வாழாமல் இருப்பது தவறாகும். அதனால்தான் நல்லறிவு பெற்றவர்கள் உலகப் பற்றைத் துறந்து துறவியாக வாழ்கிறார்கள்.

விளக்கம்

சிற்றறிவு பெற்றோர் பாவச் செயல்களில் ஈடுபடுவார்கள். மெய்யறிவு பெற்றோர் தவ வாழ்க்கை வாழ்வார்கள்.

35. இல்லறமும் துறவறமும்

ஓங்கிய தவத்தின் மிக்க
உறுதவர்க்கு உறுதி நாடின்
ஈங்கு இரண்டு அல்லது
இல்லை இசைகொடா நிற்ப மண்மேல்

பாங்கமை செல்வர் ஆகி
பகுத்துண்டு வாழ்தல் ஒன்றே
தாங்கிய தவத்தின் மிக்க
தவநிலை நிற்றல் ஒன்றே!

இந்த உலகத்தில் மனிதனாகப் பிறந்தவர்க்கு இரண்டு வகையான வாழ்க்கை முறை உள்ளது. ஒன்று இல்லற வாழ்க்கை; இன்னொன்று துறவற வாழ்க்கை. இல்லற வாழ்க்கை வாழ்கிறவர்கள், தாங்கள் சேர்த்த பொருளை மற்றவர்க்குப் பகுத்து வழங்கித் தாமும் உண்ண வேண்டும். துறவற வாழ்க்கையில் வாழ்கிறவர்கள், தவ நிலையில் குறைவு இல்லாமல் நிறைந்த வாழ்க்கை வாழ வேண்டும். தவத்தில் சிறந்து விளங்கும் தவசியரும் இந்த வாழ்வியல் முறையை உணர்ந்து வாழ்ந்திட வேண்டும்.

விளக்கம்

இல்லற வாழ்க்கையும் துறவற வாழ்க்கையும் சிறந்த வாழ்க்கை முறையே ஆகும். இல்லறத்தில் வாழ்வோரும் துறவியரும் தங்கள் கடமைகளை உணர்ந்து வாழ்ந்திட வேண்டும்.

36. இல்லறப் பெருமை

இல்லறத்து இயல்பு குன்றா
ஏந்துபூண் முலையினார் தோள்
புல்லறப் புல்லி மண்மேல்
பூவணை பொருந்தல் ஒன்றே
நல்லறத்து இறைவன் சொன்ன
நாற்கதி நவையை நீக்கும்
தொல் அறத்துணிவு இலாதார்
துன்பத்தை துணிந்து நின்றார்!

இல்லற வாழ்க்கை வாழ்கிறவர்கள், இல்லறக் கடமையில் தவறாத தங்கள் மனைவியருடன் இன்பமாகப் பஞ்சணையில் கூடி வாழ வேண்டும். அவர்களை விடுத்து வேற்றுப் பெண்களுடன் வாழக்கூடாது. இந்த இல்லற வாழ்க்கையினால் நாற்கதி என்னும் மறுபிறவித் துன்பத்திலிருந்து நீங்க முடியும்.

இந்த இல்லறம் பற்றிய தெளிவு இல்லாதவர்கள் மீண்டும் பிறவித் துன்பத்தில் மூழ்கிவிடுவார்கள்.

விளக்கம்

நாற்கதி என்பது மனிதனாகவோ தேவனாகவோ நரகனாகவோ பிற உயிர்களாகவோ இந்த உலகத்தில் பிறக்கும் பிறப்பு ஆகும்.

37. செல்வம் நிலையில்லாதது

ஈகை நல்தானம் ஈந்தார்
இணைஇலாக் குருவின் மிக்க
போகத்தைக் கொடுத்து புத்தேள்
உலகமும் கொடுத்து மண்மேல்
ஏக நல் இன்பம் ஆக்கி
இறைவன் நற்காட்சி ஈயும்
மேகத்து மின்னொடு ஒக்கும்
விழுச்செல்வம் மதிக்க வேண்டாம்!

நல்ல மனத்துடன் கொடை வழங்குவோரும் உயர்ந்தோருக்குத் தானம் வழங்குவோரும் அருகன் அருளால் வீடு பேறு என்னும் பெருஞ்செல்வத்தை அடைவார்கள். இந்த உலக வாழ்க்கையில் அவர்களுக்கு இன்பம் எந்நாளும் நிறைந்திருக்கும். அவ்வாறு பொருளைப் பிறருக்கு வழங்காமல் சேர்த்து வைத்தால் அந்தச் செல்வமானது மின்னல் தோன்றி மறைவதைப்போல் எப்போது வீணாகும் என்று சொல்ல இயலாது.

விளக்கம்

மின்னல் தோன்றி மறைவதைப்போல் செல்வம் நம்மிடமிருந்து காணாமல் போய்விடும். எனவே, செல்வம் பெற்றவர்கள் பிறருக்கு வழங்கிட வேண்டும். புத்தேளுலகம் என்பது ஒளி உலகம் என்னும் தேவர் உலகம். நற்காட்சி என்பது இறை அருள் பற்றிய தெளிவு பெறுதல் ஆகும்.

38. இல்லறம் அல்லது துறவறம்

பற்றுளம் அகல நீக்கி
பாசிழைப் பரவை அல்குல்

பொன்தொடி மகளிர் தங்கள்
புணர் முலைக் குவட்டின் வைகிச்
சுற்றத்தார் சுற்ற வாழ்தல்
அன்றுஎனில் துறந்து போகி
நல்தவம் புரிகிலாதார்
நடலைநோய்க் கடலுள் ஆழ்ந்தார்!

உலகப் பற்றில் அதிக விருப்பம் இல்லாமல் தனது மனைவியுடன் இல்லற இன்பத்தில் ஆழ்ந்து, சுற்றத்தார் சூழ்ந்து வாழும் இல்லற வாழ்க்கை ஒரு வகையான வாழ்க்கை. இல்லற வாழ்க்கையில் இல்லாதவர்கள் துறவியாகி நல்ல தவத்தினை முறையாகச் செய்து வாழ்வது துறவறம். இந்த இரண்டு வகையான வாழ்க்கையிலும் வாழாமல் மனம்போல் பல பெண்களுடன் தொடர்புகொண்டு வாழ்வதும் தீய வழிகளில் வாழ்வதும் தவறான வாழ்க்கை ஆகும்.

விளக்கம்

இந்தப் பாடலின் முதல் பகுதியானது இல்லறத்தின் பெருமையையும் இரண்டாம் பகுதியானது துறவறத்தையும் தெரிவிக்கிறது. இந்த இரண்டும் அல்லாமல் வாழ்வது வாழ்க்கையாகாது எனத் தெளிவுபடுத்துகிறது.

39. வீணான வாழ்க்கை வாழ்வோர்

கலைஎலாம் நினைத்தால் ஒன்றே
கதிர்நகைப் பவழச்செவ்வாய்
அலைகுழல் அமிர்தரோடு
அகில்புகை அளாய சேக்கை
முலைஉற முயங்கல் ஒன்றோ
முனிவளம் புகுதல் ஒன்றோ
புலை கொலை களவொடு ஒன்றி
பொழுது அவம் கழிப்பதன்றே!

கலைகள் எல்லாவற்றையும் அறிந்துகொள்ளும் கலை நூல்களையும் அறநூல்களையும் கற்றல் என்பது ஒரு வகையான வாழ்க்கை முறை. இந்த வாழ்க்கையிலும் வாழமாட்டார் சிலர். ஒளி பொருந்திய புன்னகை பூக்கும் செந்நிற வாய்கொண்ட

பெண்களின் வாய் அமிர்தத்தை உண்டு, அகில் புகை பரவிய அறையில் போடப்பட்டுள்ள படுக்கையில் அவர்கள் மார்பில் சாய்ந்து இன்பம் அனுபவித்து வாழும் வாழ்க்கை ஒன்று. இந்த வாழ்க்கையிலும் வாழமாட்டார் சிலர். காட்டில் சென்று தவ வாழ்க்கை வாழ்வது இன்னொரு வாழ்க்கை முறை. இந்த வாழ்க்கையிலும் வாழ மாட்டார் சிலர். அப்படிப்பட்ட சிலர், மாமிசத்தை உண்டும் கொலை செய்தும் களவு செய்தும் வாழ்க்கையை வீணாக அழிக்கின்றார்கள்.

விளக்கம்

இதுவரை இரண்டு வகையான வாழ்க்கை முறையைக் கூறிவந்த திருத்தக்கதேவர் இந்தப் பாடலில் மூன்றாவதாக அறம் உரைக்கும் அறிஞனாக வாழ்கிற வாழ்க்கை முறையையும் அறிவித்திருக்கிறார்.

40. இரண்டும் இல்லா வாழ்க்கை

இரும் தவர்க்கு இசைவது ஒன்றோ
கரப்பில தாக வீழ்ந்து
கருந்தடம் கண்ணினார் தோள்
கதிர்முலை கரத்தல் ஒன்றோ
பொருந்திய சுற்றம் என்றும்
நிகளத்தைப் பரிந்து போகி
அரும்தவ முயற்சி இல்லார்
ஆசையுள் அழுந்துகின்றார்!

தவ வாழ்க்கையை வாழ்வது ஒரு வகையான வாழ்க்கை. சேர்த்து வைத்த பொருளை மறைத்து வைக்காமல் நல்ல தவசிகளுக்கு வழங்கி வாழ்தலும் அழகிய கண்ணையும் ஒளி பொருந்திய மார்பையும் கொண்ட மனைவியுடன் இல்லற இன்பம் அனுபவித்து வாழ்தலும் ஒரு வகையான வாழ்க்கை. இந்த இரண்டு வாழ்க்கையும் இல்லாமல் உறவினர்களை விட்டுப் பிரிந்து சென்று தவம் செய்யும் முயற்சியும் இல்லாமல் உலகப் பற்று என்னும் ஆசையுடன் வீணாக வாழ்கிறார்கள்.

விளக்கம்

துறவற வாழ்க்கையோ இல்லற வாழ்க்கையோ இல்லாமல் தனித்த மனிதனாக வாழ்வது வீணான இரண்டும் கெட்ட வாழ்க்கை என்கிறார்.

41. நல்லோர்க்குத் தானம்

உத்தம தானம் ஈந்தே
ஒண்பொருள் உவந்து நல்ல
உத்தமர்க்கு உவந்து முன்னே
உத்தம் தானம் ஈந்தே
உத்தம நெறிநின்றார்க்கு உவமை
ஒன்று இல்லை ஆகும்
உத்தம குருவும் புத்தேள்
உலகமும் உடையார் அன்றே!

இல்லறத்தில் வாழ்கிறவர்கள் சிறந்த தானம் செய்யவேண்டும். அப்படி வழங்கும் பொருளை நல்லவர்க்கு வழங்க வேண்டும். வழங்கும்போது மகிழ்ச்சியுடன் வழங்கவேண்டும். இப்படித் தானம் வழங்கி நல்ல நெறியில் இல்லறத்தில் ஈடுபடுவோர்க்கு ஒளி உலகமும் சொர்க்கமும் எளிதில் கிடைக்கும்.

விளக்கம்

சேர்த்த பொருளை நல்லவர்க்கு வழங்குவது இல்லறத்தார் கடமை ஆகும். அந்தக் கடமையில் தவறாமல் வாழ்கிறவர்கள் வீடுபேறு அடைவார்கள்.

42. தவசிகளுக்குத் தானம்

மறுவிலா குணத்தின் மிக்க
மறுஅறு தவத்தினார்க்கு
மறுஅறு தானம் ஈந்தே
மறுவிலாப் போக பூமி
மறுவிலாப் பயன் கொடுத்து
மறுவிலர் ஆவர் மாதோ
மறுவிலா மண்ணும் விண்ணும்
மறுவின்றி விளங்க அன்றே!

குற்றமற்ற அருங்குணம் கொண்ட தவ வல்லுநர்களுக்குக் குற்றம் இல்லாத வழியில் ஈட்டிய பொருளை வழங்கினால் குற்றம் இல்லாத இன்ப உலகமாகிய சொர்க்கத்தை அடைந்து குற்றம் இல்லா இன்பத்தை அனுபவிப்பர். அத்தகையோர் இந்த உலகத்திலும் விண்ணுலகத்திலும் புகழுடன் விளங்குவார்கள்.

விளக்கம்

மறுவிலா என்னும் சொல்லை மீண்டும் மீண்டும் அதே பொருளில் பயன்படுத்திச் சிறந்த இன்பம் வழங்கும் இந்தப் பாடலும் அறவோர்க்கு வழங்கும் கொடையைப் புகழ்ந்து உரைக்கிறது.

43. பிறவிக் கடலைக் கடப்போர்

நடர் இடைப் பட்ட நாளும்
நாற்கதி நவையை நீக்கி
இடர் இடை உய்த்தல் இன்றி
நீள் மணத் தொகுப்பின் ஆர்க்கும்
சுடர் கொள் பூம் பிண்டிநாதன்
தொல்அறம் துணிந்து முன்னே
படர் கள் பூ சிந்தை வைத்தார்
பவக்கடல் எல்லை காண்பார்!

நான்கு வகையான பிறப்பும் பிறக்காமல் நாள்தோறும் பிறவித் துன்பம் நம்மை அணுகாமல் இருக்கவேண்டும் என்றால், வாசனை மிகுந்த பூ மலர்கள் நிறைந்தவனும் அசோகமரத்தின் கீழே அமர்ந்திப்பவனுமாகிய அருக தேவன் உரைத்த அறத்தை உணர்ந்து அதன் வழி நடந்திட வேண்டும். அருக தேவனின் அறக்கருத்துகளை மனத்தில் நிறைத்தவர்கள் பிறவித் துன்பத்திலிருந்து எளிதாகத் தப்பிவிடுவார்கள்.

விளக்கம்

நடர் என்னும் சொல் துன்பத்தையும் குறிப்பாக ஒரு செயலினைச் செய்து கொண்டிருக்கும்போது இடையில் ஏற்படும் துன்பத்தைக் குறிக்கும். நவை என்பது துன்பத்தை உணர்த்தும்.

44. இல்லறமும் நல்லறமும்

உள் அறப் பற்று நீக்கி
உத்தம தானம் ஈந்தே
கள் அவிழ் கோதை மாதர்
கதிர்முலை கரத்தல் ஒன்றோ
புள் உறைந்து இனிது நீண்ட
தவ வனம் பரிந்து போகி
எள்அற நோற்றல் செய்யார்
இடும்பை நோய்க்கு இரைகள் ஆவார்!

இல்லற வாழ்க்கையில் மனைவியுடன் இன்பம் அனுபவித்து வாழ்ந்தாலும் உள்ளத்தில் அறப்பற்று மிகுதியாகக் கொண்டு இல்லற இன்பத்தில் அளவோடு வாழ்ந்திருப்பவனாக இருக்க வேண்டும். அத்தகையவன் நல்லவர்க்கு நல்ல தானங்களை வழங்கிட வேண்டும். அல்லது பறவைகள் மகிழ்ந்து வாழும் காட்டிற்குப் போய் எள்ளளவுகூடக் குறைவு இல்லாத நல்லறத்தைப் புரிந்திட வேண்டும். இவ்வாறு அமைந்துள்ள இரண்டு வகையான வாழ்க்கையில் ஏதோ ஒன்றைப் பின்பற்றி வாழாதவர்கள் துன்பத்திற்கு இரை ஆவார்கள்.

விளக்கம்

இல்லறமும் நல்லறம்தான். தவ வாழ்க்கையும் நல்லறம்தான். இந்த இரண்டும் இல்லா வாழ்க்கையே துன்பம் என உணர்த்துகிறது.

45. நல்லற வாழ்க்கை

கோறல் ஓம்புமின் கொன்றபின் ஊன் தடி
மேறல் ஓம்புமின் மெய்ப்பொருள் அல்லன
தேறல் ஓம்புமின் தீயவை யாவையும்
கூறல் ஓம்புமின் நற்குணம் அல்லன!

ஓர் உயிரைக் கொன்று வாழாமலும் கொல்லப்பட்ட உயிர்களின் மாமிசத்தை உண்ணாமலும் வாழ்ந்திட வேண்டும். இந்த உலக வாழ்க்கைக்கு எது தேவை என்பதை அறிந்து மெய்ப்பொருளைப்

பின்பற்றி வாழவேண்டும். தீய குணங்கள் அனைத்தையும் விட்டொழிக்க வேண்டும். நல்ல பண்புக்கு மாறானவற்றைச் சொல்லாமல் வாழ வேண்டும். இத்தகைய வாழ்க்கை நல்லற வாழ்க்கை ஆகும்.

விளக்கம்

கோறல் என்பது கொலைத்தொழிலை உணர்த்தும் தொழிற்பெயர். இவை போன்றே மேறல், தேறல், கூறல் என்பனவும் தொழிற்பெயர்கள். மேறல் என்பது மென்று தின்பதைக் குறிக்கும். தேறல் என்பது தெளிவடைதலைக் குறிக்கும். கூறல் என்பது சொல்லுதலைக் குறிக்கும்.

46. கல்வி அறிவு பெற்றவர் செயல்

விட்டு நீங்குமின் பற்றுளம் இன்மையால்
கட்டும் எண்வினை கால்தளை கட்டலால்
ஓட்டி இன்னுயிர் கோறல் பிறர்மனை
விட்டு நீங்குமின் கற்று அறிந்தீர் எலாம்!

உண்மையாகவே நீங்கள் கல்வியில் சிறந்தவர் என்றால் இந்த உலக வாழ்க்கையில் வைத்திருக்கும் பற்றினை விட்டு நீங்க வேண்டும். அப்படி உலகப் பற்றினை ஒழிக்காவிட்டால் எட்டு வகையான உலகப் பற்றுகளில் கட்டுப்பட்டுத் துன்பப்படுவீர்கள். எதற்காகவும் பிற உயிர்களைக் கொல்லாதீர்கள். மற்றவர் மனைவி மீது ஆசைகொண்டு அலையாதீர்கள். இத்தகைய பாவச் செயல்களால் இந்த உலக வாழ்க்கை என்னும் கட்டிலிருந்து நீங்கள் விடுபட முடியாது.

விளக்கம்

எட்டு வகையான வினைகள் என்பவை: ஞான அரணீயம் - கல்விப் பற்று, தரிசன அரணீயம் - பார்க்கும் பொருள்களில் வைக்கும் பற்று, வேத நீயம் - அறிவினால் ஏற்படும் பற்று, மோகநீயம் - இல்வாழ்க்கைப் பற்று, ஆயுஷ்யம் - நீண்ட நாள் வாழும் பற்று, நாமம் - புகழின் மீது வரும் பற்று, கோத்திரம் - குடும்பப் பற்று, அந்தராயம் - உள்மனப் பற்று.

47. அறவழியில் வாழாதார் நிலை

ஊக்கி ஒண்பொருள் எள் துணைத்து ஆயினும்
ஆக்கி நல்லறம் செய்பவர் பொய்யாக் கொளின்
நீக்கி நல்லறம் நிற்ப நிலா விடில்
தேக்குமேல் துணைச் செல்கதி இல்லையே!

இல்லறத்தில் வாழ்கிறவர் நல்ல வழியில் பொருள் ஈட்ட வேண்டும். அவ்வாறு ஈட்டிய பொருளில் ஒரு சிறிய பகுதியையாவது அறச்செயல்களுக்குப் பயன்படுத்தவேண்டும். இந்த உலக இன்பம் என்பது நிலையானது அல்ல என்பதை உணர்ந்துகொண்டால் உலகப் பற்றினை நீக்கி நல்ல அற வாழ்க்கை என்னும் துறவறத்திற்குச் செல்வார்கள். இல்லற இன்பத்தை அளவுடன் அனுபவித்து, பிறருக்குப் பொருளை வழங்கவேண்டும். அவ்வாறு இல்லை என்றால் துறவறத்தில் ஈடுபட வேண்டும். இந்த இரண்டும் அல்லாமல் இல்லறத்தில் மூழ்கி, நல்ல வழியில் பொருளைச் செலவு செய்யாமல் தீயவற்றிற்குச் செலவு செய்தால் அவர்கள் ஒளி உலக வாழ்க்கையை அடைய இயலாது.

விளக்கம்

ஊக்கி என்பது ஊக்கத்தை உணர்த்தும். ஆக்கி என்பது நல்ல வழியில் பொருளை உருவாக்குதலை உணர்த்தும். நீக்கி என்பது இல்வாழ்க்கையை அகற்றி என்னும் பொருளை உணர்த்தும். தேக்குமேல் என்பது இல்லறம், துறவறம் இரண்டும் இல்லாமல் உலக வாழ்க்கையில் ஈடுபடுவதை உணர்த்தும்.

48. இந்த நூலைக் கேட்டு நடத்தல்

திருத்தம் ஒன்றலிர் தேர்ச்சிஇலா நரி
விருத்தம் கேட்டலும் மெய்என ஓர்ந்துஉள
வருத்தம் உற்றவர்க்கு ஈந்து அருள் செய்திரேல்
வருத்தம் ஒன்றில செல்கதி மாடெலாம்!

நல்ல ஒழுக்க வாழ்க்கையில் பொருந்தாமல் வாழ்கிறவர்களும் நல்ல அறத்தில் தெளிவு இல்லாதவர்களும் இந்த நரி விருத்தம் என்னும் நூலில், கதைகள் வாயிலாகச் சொல்லப்பட்டுள்ள

அறங்களைக் கேட்டதும் இவற்றை உண்மை என்று அறிந்து கொள்ளுங்கள். அவ்வாறு அறிந்த நீங்கள் இந்த உலகத்தில் பொருள் இல்லாமல் துன்பப்படுவோருக்கு உங்களால் இயன்ற பொருளுதவி செய்யுங்கள். அவ்வாறு செய்தால் இந்தப் பிறவி நீங்கி ஒளி உலகுக்குச் செல்லும் நல்ல வழியாக இந்த உதவி அமையும்.

விளக்கம்

விருத்தம் என்பது விருத்தப் பாடலையும் பழமையான கதை என்பதையும் உணர்த்தும் சொல்லாகும்.

49. இந்த நூலைக்கேட்டு நடக்காதவர்

வரைத்த நாள் அன்றி வாழ்பவர் இன்மையால்
உரைத்த மாட்சி இலா நரி உற்ற கோள்
திறத்தில் ஒன்றிலன் ஊன் உடை உண்டி உண்டு
இறப்பவும் நரகத்திடை எய்தினான்!

இந்த உலகத்தில் எவ்வளவு நாள் வாழ வேண்டும் என்று விதிக்கப்பட்டிருக்கிறது. அதனை உணர்ந்து கொள்ளாமல் நெடுநாள் இங்கே வாழப்போகிறோம் என்று எண்ணிக்கொண்டு மாமிச உணவை உண்டு வாழ்கிறவர்கள் வாழ்நாள் முழுவதும் துன்பம் அடைவார்கள். அவ்வாறு வாழ்கிறவர்கள், பேராசைப்பட்ட நரி இறந்ததைப்போல இறப்பார்கள். இறந்த பிறகும் நரகத்திலேயே துன்பப்படுவார்கள்.

விளக்கம்

மாட்சி என்பது அறிவினைக் குறிக்கிறது. கோள் என்பது இங்கே கொள்கையைக் குறிக்காமல் எண்ணத்தைக் குறிக்கிறது. உண்டி என்பது உணவினை உணர்த்துகிறது.

50. பேராசை கொள்வோர் பலர்

மற்று இம்மண்மிசை பற்றுளத்தால் கிளை
உற்ற மாந்தர் உரைபல உண்மையால்
குற்றமாய்க் கொண்டு உலோபெனும் பாவியைக்
கற்ற மாந்தர் கடிந்தனர் என்பவே!

இந்த உலகத்தில் வாழ்வோரில் பலரும் உலகப் பற்றுடனும் உறவினர்மேல் கொண்ட பற்றுடனும் வாழுகிறார்கள். அவர்கள், கருமித் தனத்துடன் பிறருக்குப் பொருளை வழங்காமல் சேர்த்து வைக்கிறார்கள். இவ்வாறு இந்த உலக வாழ்க்கை நிலையானது என்று பொருளைச் சேர்த்து வைக்கும் கருமிகள் இருப்பதை அறிந்தே அறிஞர்கள் கஞ்சத்தனத்தை இழித்துக் கூறியுள்ளனர்.

விளக்கம்

கிளை என்பது உறவினரைக் குறிக்கும். உலோபம் என்பது கஞ்சத்தனத்தை உணர்த்தும்.

51. அறம் செய்து வாழுங்கள்

ஆக்குவது ஏது எனில் அறத்தை ஆக்குக
போக்குவது ஏது எனில் வெகுளி போக்குக
நோக்குவது ஏது எனில் ஞானம் நோக்குக
காக்குவது ஏது எனில் விரதம் காக்குக!

இந்த உலகத்தில் நாம் செய்யக்கூடிய செயல் எது என்றால் அது, அறச்செயல் ஆகும். நீக்க வேண்டிய செயல் எது என்றால் அது, கோபம் ஆகும். பார்த்து நாம் கொள்ளத்தக்கது எது என்றால் அது, நல்ல அறிவினைப் பெறுதல் ஆகும். நாம் காத்துக்கொள்ளக் கூடியது எது என்றால் அது, விரதம் ஆகும்.

விளக்கம்

ஐம்பது பாடல்களைக் கொண்ட இந்த நரி விருத்தம் என்னும் நூலில் அருக வணக்கத்துடன் ஐம்பத்தொரு பாடல் அமைந்துள்ளது.

செய்யுள் முதல் குறிப்பு

எண் - பாடல் எண்

அஞ்சுமின்	22
அத்தியு	9
அறத்தி	30
ஆக்குவ	51
இருந்தவர்	40
இல்லற	36
இளமையும்	15
ஈகை	37
உண்டலோ	13
உத்தம	41
உள்ளற	44
ஊக்கி	47
ஒக்கத்தால்	18
ஓங்கிய	35
கடிமண	14
கயக்கு	32
கருவி	4
கலை	39
களிறு	8
குடல்படு	11
குட்டநீர்	23
கேந்திர	17
கோறல்	45
சந்தமா	27
சந்தனை	33
சுற்றினார்	10
சென்று	2
திருத்த	48
நடர்	43
நட்டவன்	24
நரியினார்	21
நல்ல	19
நாகத்தை	7
நாட்டி யா	25
நாட்டில்	12
நின்றன	16
நீடு நீள்	29
பற்றுளம்	34
பற்றுளம் அகல	38
பால்நிலா	1
பொன்னின்	28
மறுவிலா	42
மற்று	50
மானவேல்	31
மெய்ப்பொருள்	20
வரைத்த	49
வாங்குவில்	3
விடுகணை	6
வீட்டு	46
விண்ணினார்	5
விழுமின்	26